નમઃ
આનંદતાંડવ

શૈવત્વમાં સમાહિત સાયન્સની શોધમાં...

પરખ ભટ્ટ

મુખ્ય પ્રાપ્તિસ્થાન

નવભારત સાહિત્ય મંદિર

જૈન દેરાસર પાસે, ગાંધી રોડ, અમદાવાદ - ૩૮૦ ૦૦૧

૨૦૨, પેલિકન હાઉસ, ગુજરાત ચેમ્બર ઓફ કોમર્સના કંપાઉન્ડમાં,
આશ્રમ રોડ, અમદાવાદ - ૩૮૦ ૦૦૯

☎ (૦૭૯) ૨૨૧૩૯૨૫૩, ૨૨૧૩૨૯૨૧
૯૮૨૫૦ ૩૨૩૪૦

e-mail : info@navbharatonline.com
www.navbharatonline.com
fb.com/NavbharatSahityaMandir

ANAND TANDAV

by Parakh Bhatt

NAVBHARAT SAHITYA MANDIR

AHMEDABAD

2022

ISBN No. : 978-93-93223-77-7

પ્રથમ આવૃત્તિ: જુલાઈ, 2022

Cover-page & Title-font by : Fortune Designing Studio (FDS)

Cover Illustration by : Ajay Gajjar

Chapter Illustrations by : Kanji Makwana

પ્રકાશક

મહેન્દ્ર પી. શાહ

નવભારત સાહિત્ય મંદિર

જૈન દેરાસર પાસે, ગાંધી રોડ, અમદાવાદ-૩૮૦૦૦૧

ફોન: (૦૭૯) ૨૨૧૩૯૨૫૩, ૨૨૧૩૨૯૨૧

E-mail : info@navbharatonline.com

Web : www.navbharatonline.com

fb.com/NavbharatSahityaMandir

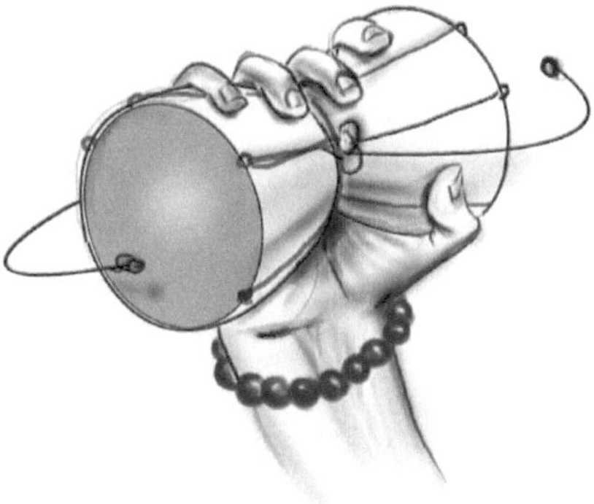

ॐ तत्पुरुषाय विद्महे महादेवाय धीमहि
तन्नो रुद्रः प्रचोदयात् ॥

ઋણસ્વીકાર

જેમના સાથ-સહકાર વગર 'આનંદ તાંડવ' પુસ્તકના ઉચ્ચસ્તરીય માર્કેટિંગ, ડિઝાઇન, પ્રમોશન, પબ્લિસિટી શક્ય ન બન્યાં હોત;

એવા મારા ભાઈઓ...

હિમાંશુ જોષી,

કિશન જોષી,

સહિત

'ફોર્ચ્યુન ડિઝાઇનિંગ સ્ટુડિયો (FDS)'

પરિવારના તમામ સભ્યોનો હું હૃદયપૂર્વક આભાર વ્યક્ત કરું છું.

સ્વયં ભૂતનાથ જેમના ત્રિનેત્રધારી
તેજોમય લલાટમાં બિરાજમાન છે,
એવા મારા અલૌકિક મહાગુરુ અને પરમજ્ઞાની પથદર્શક

સદ્‌ગુરુ જગ્ગી વાસુદેવના
ચરણકમળમાં સાષ્ટાંગ સમર્પિત.

અઘોરાધિપતિ આદિરુદ્રના શરણે...

સૃષ્ટિના વિનાશકાળે મહાદેવીએ શિવનું સંહારતાંડવ જોઈ લીધું, જેમાં મહાકાળ અતિવિકરાળ સ્વરૂપમાં સમષ્ટિનું ભક્ષણ કરી રહ્યાં હતાં! મહામહેશ્વરી જગદંબાથી આ ભયાનક દૃશ્ય જોવાયું નહીં અને એમણે આંખો મીંચી દીધી. થોડી ક્ષણો બાદ એમણે નેત્રો ઉઘાડ્યા, ત્યારે સૃષ્ટિના અંતની પ્રક્રિયા પૂર્ણ થઈ ચૂકી હતી. મહાદેવ પુનઃ ચહેરા પર અલૌકિક સ્મિત સાથે સૌમ્ય સ્વરૂપમાં એમની સામે ઊભા હતાં.

જગતજનનીએ આ તાંડવનું તાત્પર્ય અને મહાત્મ્ય જણાવવા કહ્યું, ત્યારે શિવ ઉવાચ, 'સૃષ્ટિની આયુ પૂર્ણ થતાં તેના વિનાશ વખતે હું સનાતનકાળથી સંહારતાંડવ કરતો આવ્યો છું. થોડાં સમયમાં ફરી એક તાંડવનું પુનરાવર્તન થશે. આજ વખતે તમે પુનઃ એના સાક્ષી બનશો.'

'મારાથી આપનું એ વિકરાળ સ્વરૂપ ફરી નહીં જોઈ શકાય, નાથ!' જીવસૃષ્ટિના વિનાશકાળે સંભળાયેલા આર્તનાદ અને ચીસોથી વિષાદગ્રસ્ત પરાશક્તિએ આંખમાં અશ્રુ સાથે કહ્યું. એમના અંતરમાં વ્યાપ્ત માતૃભાવ બોલી રહ્યો હતો.

'આપ તો સ્વયં મહામાયા છો, દેવી!' શિવએ પોતાની અર્ધાંગિની પાર્વતીની અશ્રુ ભરેલી આંખો લૂંછતાં કહ્યું, 'આપ નિશ્ચિંત થઈ જાઓ. હવે હું સંહારતાંડવ નહીં, પરંતુ આનંદતાંડવ કરવા જઈ રહ્યો છું... જેમાં મને આપની આવશ્યકતા છે, માતૃરૂપિણી! આપના વાત્સલ્ય અને મમત્વ સાથે પુનઃ એક નવસૃષ્ટિનું સર્જન થશે અને એ સમયે મારા ડમરુંમાંથી પ્રાદુર્ભાવ પામતો ધ્વનિ બીજમંત્રો તરીકે ઓળખાશે.'

...અને, આ સાથે અવિનાશી ભોળાનાથની સર્જનલીલા શરૂ થઈ!

સાચું કહું? બહુ વિચાર કર્યો કે મારી લેખનકારકિર્દીની આ ત્રીજી અને સાવ નવી શ્રેણીના સર્વપ્રથમ પુસ્તકની પ્રસ્તાવનામાં શું લખીશ! પરંતુ દર વખતે થાય છે, એવી રીતે મારા ઈષ્ટદેવ આદિરુદ્ર મહાદેવ કંઈક જૂદું નક્કી કરીને બેઠાં હતાં. એમણે મને કાશી બોલાવ્યો... પોતાની નગરીમાં! મારી આંખોમાં આંખ નાંખીને મારા મસ્તક પર પોતાનો વ્હાલસોયો હાથ ફેરવતાં કહ્યું કે, 'હું વિશ્વેશ્વર, અનંતાનંત બ્રહ્માંડોનો સ્વામી, અઘોરાધિપતિ... સૃષ્ટિની સર્જનવેળાએ કરેલાં આનંદરૂપી તાંડવ અર્થાત્ આનંદતાંડવ થકી તારા આ નવા શબ્દવિશ્વના આવિર્ભાવ માટે આશિષ પાઠવું છું.'

વિશ્વનાથ મહાદેવના પ્રાંગણમાં જગતના નાથે મને શબ્દસૃષ્ટિના નવસર્જન સમી 'નમઃ શ્રેણી'ના પ્રથમ પુસ્તકના શીર્ષકની પ્રેરણા આપી અને કાશીના કોટવાળ – કાળભૈરવ – સમક્ષ એના પર મહોર લાગી.

વિશ્વની સૌથી પુરાતન નગરીમાં બિરાજમાન શિવના પ્રચંડ સ્વરૂપ પાસેથી ઊર્જા મેળવ્યા બાદ, 'ફૉર્ચ્યુન ડિઝાઇનિંગ સ્ટુડિયો – FDS'ના ફાઉન્ડર હિમાંશુ જોષી અને એમના ટીમ-મેમ્બર્સ દ્વારા પુસ્તકના કવર-પેજ પર કામ શરૂ થયું. બ્રહ્માંડના આરંભકાળે શિવના ડમરુંમાંથી પ્રસ્ફુટન પામેલાં બીજમંત્રોને આ પુસ્તકના કવર-પેજનો આધાર બનાવવામાં આવ્યા. મુખપૃષ્ઠ પર તમે જે બીજાક્ષરો જુઓ છો, એ પ્રત્યેક એકાક્ષરી મંત્રોમાં પ્રકૃતિ અને પુરુષની પ્રચંડ ઊર્જા સમાવિષ્ટ છે. શિવ અને શક્તિ સ્વરૂપ ઈડા અને પિંગળાને જાગૃતઅવસ્થામાં લાવવા તેમજ અઘોરક્રિયાઓમાં એ બીજમંત્રોનો પ્રયોગ થાય છે.

તદુપરાંત, 'આનંદતાંડવ'ના ઉત્કૃષ્ટ બૂક-ટ્રેલર તથા બ્રાન્ડિંગ-પ્રમોશન માટે પણ 'ફૉર્ચ્યુન ડિઝાઇનિંગ સ્ટુડિયો'નો ટેકો મળ્યો. હિમાંશુભાઈની ટીમ સાથે મૃત્યુંજય (મહા-અસુર શ્રેણી) અને TEMPLE ધર્મ (SCIENTIFIC ધર્મ શ્રેણી) બાદ આ મારું ત્રીજું કૉલાબ્રેશન છે. સૌથી વધુ આનંદ એ વાતનો છે કે ઉપરોક્ત બંને શ્રેણીના પુસ્તકો એમની બ્રાન્ડિંગ અંગેની સમજ, કૌશલ્ય અને નિપુણતાને કારણે હજારો ગુજરાતીઓ સુધી પહોંચ્યા

છે. ફક્ત એટલું જ નહીં, 'મૃત્યુંજય' અને 'TEMPLE ધર્મ' પુસ્તકો તો હવે ગુજરાતના સીમાડાં વટાવીને અંગ્રેજી વાચકો સુધી પણ પહોંચવા જઈ રહ્યા છે અને હવે, આ ત્રીજી શ્રેણી અને પાંચમાં પુસ્તકને પણ FDS નામના પારસમણિનો સ્પર્શ પ્રાપ્ત થયો છે, એને હું મહાદેવના આશીર્વાદ માનું છું. જેમને અડધી રાતે પણ હકપૂર્વક જગાડી શકું, જેમના ઉપર ગુસ્સો ઠાલવી શકું, ન ગમતી પોસ્ટ અથવા વીડિયો કશી શેહશરમ રાખ્યા વગર રિજેક્ટ કરી શકું, 'જસ્સી-દે-પરાઠે'ના 'આલુ ચીઝ-દા-પરાઠા' ખાતાં-ખાતાં સુખ-દુઃખની વાતો કરી શકું એવા સગા ભાઈથી પણ વિશેષ અને અંતરની સૌથી નજીક એવા હિમાંશુભાઈ અને કિશનભાઈને ઝાઝેરું વ્હાલ...

આ પુસ્તકની ટેગલાઇન અંગેની મારી દ્વિધા દૂર કરનાર, સંકટ સમયની સાંકળ એવા મારા મોટા ભાઈ તુષાર દવે સાથે પૂર્વભવોનો ઋણાનુબંધ ચાલ્યો આવે છે, એવું હવે હું દઢપણે માનતો થયો છું. ૫ જૂન, ૨૦૨૨ની મધરાતે ૧ વાગ્યે રાજકોટ ખાતેના મારા ઘરે આવીને એમણે 'આનંદતાંડવ'નો ત્રીજો ડ્રાફ્ટ હાથમાં લીધો. એવું નહોતું કે તેમણે આ લેખો પહેલાં નહોતા વાંચ્યા! 'દિવ્ય ભાસ્કર'ના મૅગેઝિન ઍડિટર હોવાને નાતે દર અઠવાડિયે એમના ઈ-મેઇલ ઉપર પહોંચેલાં લેખો તેમણે ભૂતકાળમાં જ ધ્યાનથી વાંચી લીધા હતા. ડ્રાફ્ટ હાથમાં લેવાનું મૂળ કારણ હતું: ટેગલાઇન! પુસ્તકના શીર્ષક અને મુખપૃષ્ઠને જોઈને વાચકમિત્રો આને ફક્ત 'ધાર્મિક' વિષયવસ્તુ ધરાવતી બૂક ન સમજી બેસે, એ માટે એમણે સૂચવ્યું કે 'આનંદતાંડવ'ની ટેગલાઇનમાં 'શિવ' અને 'સાયન્સ' આ બંને શબ્દોનો સમન્વય તો થવો જોઈએ. વહેલી સવારે સાડા ચાર વાગ્યે તેઓ અમદાવાદ જવા રવાના થયા અને ચાલુ મુસાફરીએ એમણે આ પુસ્તકની ટેગલાઇન 'શૈવત્વમાં સમાહિત સાયન્સની શોધમાં...' મને વૉટ્સએપ કરી.

આ પુસ્તકના ઉદ્ગમસ્થાન સમા 'દિવ્ય ભાસ્કર'માં દર રવિવારે 'રસરંગ' પૂર્તિમાં મારી કૉલમ 'વિજ્ઞાનધર્મ'ને વિશ્વના લાખો ગુજરાતીઓ સુધી પહોંચાડવાની તક જેમણે આપી, એવા સ્ટેટ ઍડિટર દેવેન્દ્ર ભટનાગર

સર અને મૅગેઝિન ઍડિટર તુષારભાઈનો અંતઃકરણપૂર્વક આભાર.

મને ઊડવા માટે જેમણે પાંખો આપી, એવા 'સાંજ સમાચાર' સાંધ્ય દૈનિકના એક્ઝિક્યુટિવ ઍડિટર કરણભાઈ શાહ, પ્રદીપભાઈ શાહ, અંકુરભાઈ શાહ તેમજ પ્રિય જગદીશભાઈ મહેતાનું મારા ઉપર હંમેશાં ઋણ રહેશે. જીવનના આધારસ્તંભ સમા મિત્રો પ્રિયંકા જસાણી, ભૂમિકા ચોટલિયા (બૂક-લૅન્ડ), માનસી દેસાણી, શૈલી જાની, અમિ-હેતલ પટેલ, દર્શિતા જાની, રાજ જાવિયા, શીતલ પંડ્યાનો આભાર, જેઓ મારી સુખાકારી અને સ્વાસ્થ્ય માટે સતત ચિંતિત રહે છે.

મમ્મી-પપ્પા સરોજબહેન અને યોગેશભાઈ, બહેન-બનેવી ધરા અને નીરવને વંદન. પારિવારિક અને સામાજિક પ્રસંગોમાં મારી ગેરહાજરીને નકારાત્મક દૃષ્ટિકોણથી લીધા વિના તેઓ સતત મારી પડખે ઊભા રહે છે. કોઈ સવાલ-જવાબ કે સ્પષ્ટીકરણની અપેક્ષા રાખ્યા વગર તેમણે મારા અતડા સ્વભાવને સ્વીકારી લીધો છે. હું બેશક કેટલીક વખત સ્વાર્થી થઈ જાઉં તોપણ મને એમના તરફથી નિઃસ્વાર્થ પ્રેમ જ અવિરતપણે મળ્યો છે. આવો વાત્સલ્યપૂર્ણ પ્રેમાળ પરિવાર મળવો એ જ મારું સદ્‌ભાગ્ય છે, જેને હું પ્રભુની પ્રસાદી માનું છું. ભલે વારેઘડિયે વ્યક્ત ન કરતો હોઉં, પણ મમ્મી-પપ્પા-ધરા-જીજુ... હું તમને બહુ પ્રેમ કરું છું અને હૃદયના અભિન્ન અંગ સમાન ભાણેજ નાનકુડી નવ્યાને અપાર સ્નેહ.

'નવભારત સાહિત્ય મંદિર' ટીમ અને રોનક શાહ, કૃણાલ શાહ, મહેન્દ્ર અંકલનો આભાર માનવા માટે શબ્દો નથી જડી રહ્યા! લેખક-પ્રકાશક તરીકે નહીં, પણ પરિવારના અંગત સભ્યની જેમ મને સાચવવામાં આવ્યો છે. વારાણસીમાં વિશ્વનાથ બાબાના દરબારમાં હું નિરાંતે દર્શન કરી શક્યો એની પાછળ રોનકભાઈ, આનલભાભી, નરેશ (શાહ) અંકલનો સિંહફાળો છે. એમની સહાય વગર 'નમઃ શ્રેણી'ને મહાદેવના આશીર્વાદ મળવા શક્ય નહોતાં.

જિંદગીના સંધ્યાકાળે કદાચ હું અચાનક ગાયબ થઈ જાઉં તો, મારું એક જ ઠેકાણું નિશ્ચિત માનજો એવું હું મારા અંગત લોકોને કહેતો હોઉં છું. એ પવિત્ર સ્થાન હશેઃ ઈશા આશ્રમ, કોઈમ્બતુર! અત્યારે અડધી

રાતે, આ લખતી વખતે પણ સદ્‌ગુરુ દ્વારા પ્રાણ-પ્રતિષ્ઠિત 'ધ્યાનલિંગમ્'ના વિચારમાત્રથી ભાવવિભોર થઈ જવાયું. 'આનંદતાંડવ' મેં જેમને અર્પણ કર્યું છે, એવા મારા પથદર્શક યોગી સદ્‌ગુરુના ચરણોમાં નમન. પાછલાં બે વર્ષોમાં તમે મારું જીવન બદલી નાંખ્યું છે. મારા ચિત્તમાં સ્મશાનવૈરાગ્યની ધૂણી ધખાવવાનો શ્રેય તમારે ફાળે જાય છે!

...અને અંતે મારા નાથ, મારા પરમપિતા, મારા આદ્યગુરુ શિવને હું સાષ્ટાંગ દંડવત્ કરું છું. હું જે માર્ગ પર નીકળી પડ્યો છું, ત્યાં મને તમારી ઉપસ્થિતિ સતત અનુભવાય છે. બસ, તમારી કૃપા અને અનંતકોટિ પ્રેમ મારા પર સદાય વરસતાં રહે એવી અભિલાષા સાથે વાચકોના હાથમાં 'આનંદતાંડવ' સોંપી રહ્યો છું.

તમારું આપેલું તમને જ અર્પણ, દેવાધિદેવ!

ॐ नमः पार्वती पतये हर हर महादेव... हर...

— પરખ ભટ્ટ

'પુષ્પમ્', બ્લૉક નં-૧/૪૫,
સરકારી કર્મચારી સોસાયટી,
'ઓમકારેશ્વર મહાદેવ મંદિર' સામે,
રૈયા સર્કલ પાસે, ૧૫૦ ફૂટ રિંગ રોડ,
રાજકોટ-૩૬૦ ૦૦૫.
મોબાઇલ: 97265 25772
E-mail: bhattparakh@yahoo.com

અનુક્રમણિકા

૧

બ્રહ્માંડયોગી મહાદેવનું વણઉકેલાયેલું રહસ્ય!

ॐ नमः शिवाय।

લેખ લખતી વખતે આંગળીઓ ધ્રૂજી રહી છે! રૂંવાડાં ઊભાં થઈ ગયાં છે. રોમાંચની લહેરખી શરીરમાંથી વીજળીની માફક પસાર થઈ રહી છે. એવું લાગી રહ્યું છે જાણે આજુબાજુના વિશ્વમાં સૂનકાર વ્યાપી ગયો છે! અસ્તિત્વવિહીન 'સ્વ'ની અનુભૂતિ થઈ રહી છે, કારણ કે વિષય જ એટલો ગૂઢ અને માર્મિક છે : કૈલાસ! આદિકાળથી માનવસમુદાયના ઉત્થાનનો સાક્ષી બનેલો આ પર્વત હિંદુ ધર્મ માટે સૌથી પાવન તીર્થ છે. ત્રિકાળદર્શી દેવાધિદેવ મહાદેવનું એ રહેઠાણ છે, યોગસ્થળ છે. અત્યંત નિખાલસતા સાથે હું આજે એક હકીકતની કબૂલાત કરવા માગું છું. કૈલાસ વિશે સંશોધન કરવાની શરૂઆત કરી ત્યારે ઘણું બધું એવું સાહિત્ય (ઑનલાઇન-ઑફલાઇન) વાંચવામાં આવ્યું, જેમાં સમાવિષ્ટ વિગતો એકદમ જૂની અને બહુ જ ચવાઈ ગયેલી હતી, પરંતુ વાચકોને કંઈક જુદું પીરસવાની મહેચ્છાને કારણે રિસર્ચ આગળ ધપતું ગયું અને ત્યાર બાદ જે પ્રકારની માહિતીઓ નજરમાં આવી એ કંપાવનારી છે, આશ્ચર્ય પેદા કરે એવી છે. બીજી એક ખાસ વાત એ પણ છે કે, આ પ્રકરણ તૈયાર કરવા માટે બબ્બે વખત કૈલાસ-માનસરોવરની યાત્રા પર જઈ આવેલા જામનગરના વતની અજય ભટ્ટની ખૂબ મદદ મળી છે. બહુ જ મોકળા મને એમણે એમના પોતાના અનુભવો, સાક્ષાત્કારો, ચમત્કારો મારી સાથે વહેંચ્યા. કૈલાસની ભૌગોલિક સ્થિતિ અને યાત્રિકોની શ્રદ્ધા સાથે ઘેર બેઠા પરિચિત કરાવવા પાછળ એમનો ઘણો જ મોટો ફાળો રહ્યો.

દરિયાની સપાટીથી ૬૭૧૮ મીટરની ઊંચાઈ પર આવેલા તિબેટના કૈલાસ પર્વતને હિંદુ, બુદ્ધ અને જૈન ધર્મના લોકો અત્યંત પૂજનીય ગણે છે. આજદિન સુધીમાં એક પણ વ્યક્તિ કૈલાસની ટોચ પર નથી પહોંચી શકી. એવું કહેવાય છે કે, જેમણે કૈલાસ પર છેક સુધી ચડવાની કોશિશ કરી છે તેઓ મૃત્યુને આધીન

થયા છે. આ કારણોસર જ ચીનની સરકારે કૈલાસ પર્વતની ટોચ સુધી પહોંચવાની કોશિશોને વિરામ આપવાનું નક્કી કરી લીધું છે. આજની તારીખે કોઈ પણ સાહસિક વ્યક્તિ ઇચ્છે તોપણ પર્વત ન ચઢી શકે એ માટે ચીની સરકારે ચઢાણ માટેની સદંતર મનાઈ ફરમાવી દીધી છે.

રશિયનોને પણ ભારતીયોની જેમ પર્વતો માટે બહુ જ લગાવ રહ્યો છે. તેઓ ઘણાં વર્ષોથી વિશ્વના અલગ અલગ રહસ્યમય પર્વતો પર સંશોધનો આદરી રહ્યા છે. એવું કહેવાય છે કે, ઓગણીસમી અને વીસમી સદીમાં પુષ્કળ રશિયનોએ કૈલાસ પર્વતની ટોચ પર પહોંચવાની કોશિશ કરી, પરંતુ કોઈક અગમ્ય કારણોસર તેઓ લાપતા થઈ ગયા. તેમની કોઈ ભાળ મેળવી શકાઈ નથી. હવામાં ફેલાતા ધુમાડાની માફક તેમનું અસ્તિત્વ કૈલાસનાં શિખરોમાં ક્યાંક ઓગળી ગયું છે!

સાઇબિરિયન પર્વતારોહકના જણાવ્યાનુસાર, એક વખત કોઈક આખા સમૂહ દ્વારા કૈલાસ પર્વત ચઢવાની કોશિશ કરવામાં આવી હતી. તેઓ નિશ્ચિત કરેલા બિંદુથી આગળ તો વધ્યા, પરંતુ તેમની ઉંમર અચાનક વધી ગઈ! ભર જુવાનીમાં તેઓ વૃદ્ધ થઈ ગયા. માથા પર સફેદ વાળથી માંડીને શરીર પર કરચલીઓ આવી ગઈ. ફક્ત એક જ વર્ષની અંદર તેઓ મૃત્યુ પામ્યા! આ ઘટનાની પાછળ છુપાયેલી હકીકત કે તર્ક વિશે કોઈને કશો જ અંદાજ નથી!

અચ્છા, કેટલાક લોકોનું માનવું છે કે કૈલાસ પર્વતમાળામાં જ ક્યાંક સંભાલા ગામનું અસ્તિત્વ હોવું જોઈએ. પુરાણોમાં સંભાલા ગામને શ્રેષ્ઠત્તમ રહેવાસીઓનું ઘર ગણવામાં આવ્યું છે. એવી માન્યતા છે કે, સંભાલા ગામમાં પરિપૂર્ણ (ક્ષતિરહિત) માનવોનું સામ્રાજ્ય છે. બીજી એક માન્યતા એ પણ છે કે, ભગવાન વિષ્ણુનો કળિયુગી કલ્કી અવતાર પણ સંભાલા ગામમાં જ જન્મ લેશે!

૧૯૯૯ની સાલમાં રશિયન ઑપ્થેલ્મોલૉજિસ્ટ (આંખના નિષ્ણાત) અર્નેસ્ટ મુલ્દાશેવે તિબેટ જઈને કૈલાસ પર સંશોધનો કરવાનું નક્કી કર્યું. ભૂસ્તરશાસ્ત્ર, ભૌતિક વિજ્ઞાન અને ઇતિહાસના નિષ્ણાતોથી ભરેલી એમની ટીમનો હેતુ સ્પષ્ટ હતો : કૈલાસ પર્વતમાળામાં છુપાયેલાં ગર્ભિત રહસ્યો શોધી કાઢવાં! કેટલાય મહિનાઓ સુધી એમણે તિબેટિયન લામા સાધુ સાથે વસવાટ કર્યો, કૈલાસ પર્વતની અથથી ઈતિ સમજવાની કોશિશ કરી અને તેની તળેટીમાં રહીને સંશોધનો કર્યાં. લાંબા સમયની શોધખોળને અંતે તેઓ એવા નિષ્કર્ષ પર પહોંચ્યા કે કૈલાસ એ વાસ્તવમાં પૌરાણિક કાળમાં માણસ દ્વારા બનાવાયેલો એક પિરામિડ છે, જેની આસપાસ બીજા ઘણા નાના-મોટા પિરામિડ્સનું અસ્તિત્વ છે. તદુપરાંત, કૈલાસ, એ તમામ પ્રકારની પરાલૌકિક શક્તિઓનું કેન્દ્રસ્થાન હોવું જોઈએ!

મુલ્દાશેવ દ્વારા પ્રકાશિત એકેડેમિક પેપરમાં તેમણે આ વિશે ઊંડાણપૂર્વક માહિતી આપી હતી. તેમણે પોતે અને તેઓની ટીમે ઘણી વખત કૈલાસના નાભિસ્થાનમાંથી આવતા અવાજો સાંભળ્યા હતા. અડધી રાત્રે સંભળાતો એ નાદ ઘણો જ જુદા પ્રકારનો અને રહસ્યમયી હતો. એક રાત્રે તો એવું પણ બન્યું કે ટીમના બધા જ સભ્યોએ પર્વતના વચલા વિસ્તારમાંથી અંદરખાને પથ્થરો ગબડતા હોય એવા અવાજ સાંભળ્યા. તેમને એવું પ્રતીત થયું, જાણે કૈલાસ નામના આ વિશાળ પિરામિડની અંદર હજુ પણ ક્યાંક માનવ-વસવાટ હોવો જોઈએ, જે સદીઓથી ત્યાં છુપાઈને પોતાનું જીવન વ્યતિત કરી રહ્યા છે! મુલ્દાશેવ આ અંતર્ગત જણાવે છે કે, 'તિબેટિયન સાહિત્યોમાં પણ કૈલાસની ઉત્તર-પશ્ચિમે આવેલા સંભાલાનો ઉલ્લેખ જોવા મળે છે, પરંતુ એને વૈજ્ઞાનિક દૃષ્ટિકોણથી સમજાવવું મારા માટે મુશ્કેલ છે. હા, એટલું ખરું કે અમને જે પુરાવાઓ મળ્યા એના પરથી એટલું તો કહી જ શકાય કે કૈલાસમાં અમુક રહસ્યમયી

માનવ-વસ્તી આદિકાળથી વસવાટ ધરાવતી હોવી જોઈએ.' તેમણે કૈલાસ પર્વતના સમગ્ર સ્ટ્રક્ચરને માનવના ડીએનએ (રંગસૂત્રની જોડ) સાથે સરખાવ્યું છે!

ॐ

ઓગણીસમી અને વીસમી સદીમાં પુષ્કળ રશિયનોએ કૈલાસ પર્વતની ટોચ પર પહોંચવાની કોશિશ કરી, પરંતુ કોઈક અગમ્ય કારણોસર તેઓ લાપતા થઈ ગયા. તેમની કોઈ ભાળ મેળવી શકાઈ નથી. હવામાં ફેલાતા ધુમાડાની માફક તેમનું અસ્તિત્વ કૈલાસનાં શિખરોમાં ક્યાંક ઓગળી ગયું છે!

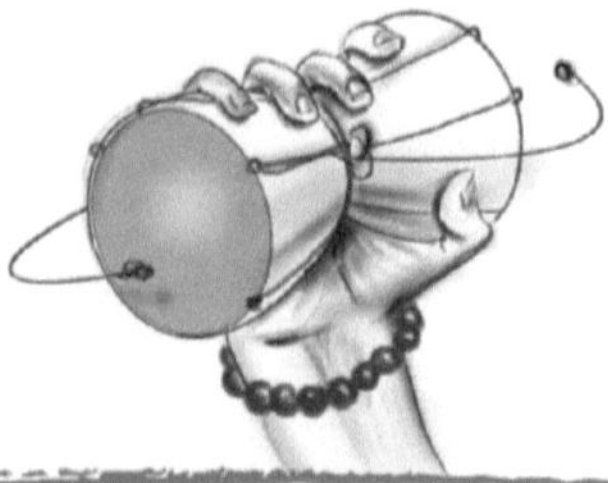

૨

મુલ્દાશેવની વૈજ્ઞાનિક સિદ્ધિ પાછળ જવાબદાર શૈવત્વ!

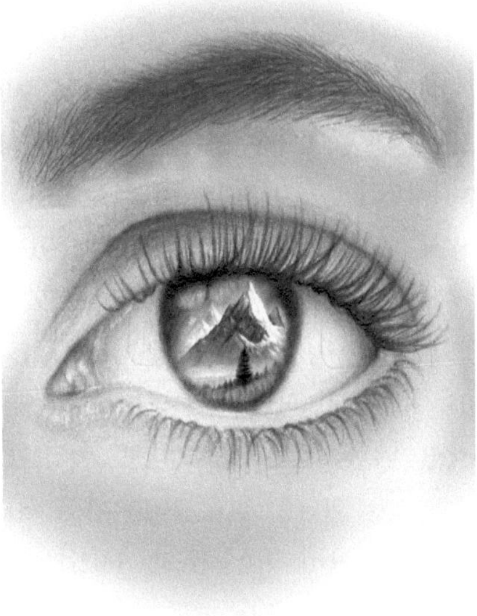

ॐ शंकराय नमः।

કૈલાસ માનસરોવરની યાત્રાની શરૂઆતમાં જ પ્રત્યેક શ્રદ્ધાળુઓને એક રુદ્રાક્ષ માળા આપવામાં આવે છે. એવું કહેવાય છે કે આ માળા સમગ્ર યાત્રા દરમિયાન એમનું બાધાઓ સામે રક્ષણ પૂરું પાડે છે. કૈલાસયાત્રા દરમિયાન ઘણા યાત્રિકોને શ્વાસોચ્છ્વાસમાં ઑક્સિજનની કમી વર્તાય છે, પરંતુ એક સમય એવો આવે છે, જ્યારે ભગવાન શિવ પ્રત્યેની આસ્થા જ એમને ભયમુક્ત બનાવીને આગળ વધવા પ્રેરે છે. કૈલાસ પર્વતનું અલૌકિકપણું આશ્ચર્ય પેદા કરે એવું છે. ઘણા યાત્રિકોને પર્વતમાળામાં સ્વયં મહાદેવનાં બંને નયનનાં દર્શન થયાના દાખલા નોંધાયા છે. નટરાજ સ્વયં આવીને આશીર્વાદ આપતા હોય એવા પ્રકારની અનુભૂતિ અહીં સામાન્ય છે!

કૈલાસ એટલે શૈવત્વને સમર્પિત થઈને સમગ્રમાં એકાકાર થઈ જવા સુધીની યાત્રા! કૈલાસ પ્રવાસ શરૂ કરો એ વખતે બની શકે કે અનેક પડકારો નજર સમક્ષ ઊભા હોય. પરિવારની ચિંતાથી માંડીને એ યાત્રા પરથી કદીય પરત ન ફરી શકવાની ચિંતા પણ એમાં સામેલ હોય છે. યમદ્વાર પાસે પહોંચો ત્યારે ખરેખર એવું લાગે, જાણે મૃત્યુની સાવ સમીપ પહોંચી ગયા છીએ! કહેવાય છે કે, કૈલાસ સુધી પહોંચવા માટે નવો જન્મ લેવો પડે છે. યમદ્વારમાંથી પસાર થયા બાદ માણસનો બીજો જન્મ થાય છે, એમ હિંદુ ધર્મનું કહેવું છે. માન્યતા છે કે યમદ્વાર ઓળંગી જનારા શ્રદ્ધાળુઓની બાકીની યાત્રા અત્યંત સુખદ અને સ્વાસ્થ્યપ્રદ નીવડે છે. સ્વયં ભગવાન શિવ જાણે તેમની મુશ્કેલીઓ ઓછી કરી રહ્યા હોય એવો અનુભવ થવા લાગે છે. અને હા, કોઈ પણ અપવિત્ર આત્મા ક્યારેય યમદ્વાર પાર કરીને આગળની યાત્રામાં જોડાઈ નથી શકતો!

કૈલાસના પિરામિડ હોવાના મતમતાંતરો દાયકાઓથી જોવા મળે છે. મુંબઈના જાણીતા સંસ્કૃત વિશેષજ્ઞ મોહન ભટ્ટ સાથેની વાતચીતમાં તેમણે જણાવ્યું કે, રામાયણમાં પણ કૈલાસને પિરામિડ

તરીકે વર્ણવવામાં આવ્યો છે. આપણા વેદોમાં પણ એ વાતનો ઉલ્લેખ છે. મુલ્દાશેવે પોતાનાં સંશોધનોમાં વર્ણવ્યું હતું કે આ પિરામિડની રચના પૌરાણિક કાળના અત્યંત એડવાન્સ્ડ ટૅક્નૉલૉજી ધરાવતા લોકોએ કરી હોવી જોઈએ, એમાં શંકાને કોઈ સ્થાન નથી. પરંતુ ચીનની સરકારે આ થિયરીને વખોડી કાઢી હતી.

અસલી વાત હવે શરૂ થાય છે. કૈલાસ પર સંશોધન કરીને આવ્યા બાદ ફક્ત એક વર્ષની અંદર રશિયન ઑપ્થેલ્મોલૉજિસ્ટ મુલ્દાશેવે એક એવી ખોજ કરી, જેણે આધુનિક ચિકિત્સાની પદ્ધતિને નવી દિશા પ્રદાન કરી. પોતાની હૉસ્પિટલમાં તેમણે એક આંધળી સ્ત્રીની આંખોનું ઑપરેશન કર્યું, જેમાં કોર્નિયા (આંખનો પારદર્શક પડદો) અને રેટિના (નેત્રપટલ)નો આશરો લેવામાં આવ્યો. ઉપરાંત, મેડિકલ ટર્મમાં જેને 'એલ્લોપ્લાન્ટ' કહે છે એવા આંખ માટે જરૂરી ગણાય એવા ભાગને રાસાયણિક પ્રયોગો થકી માણસના સડી ગયેલા માંસમાંથી બનાવ્યો! આ ઘટના સામાન્ય મેડિકલ જગત માટે ચોંકાવનારી હતી.

વિશ્વની મહાસત્તાઓએ ભારતનાં ઘણાં રહસ્યોને દાબી દેવાની અને પોતાના દેશ માટે ઉપયોગમાં લેવાની ભૂતકાળમાં અઢળક કોશિશ કરી છે. રશિયન સંશોધકના આ પ્રયોગને પણ યુ. કે. ગવર્નમૅન્ટ તરફથી નકારી દેવામાં આવ્યો. તેને કોઈ માન્યતા પ્રાપ્ત ન થઈ. ૧૯૪૮ની સાલમાં જન્મેલા મુલ્દાશેવ રશિયાના યુફા (UFA)માં હજુ આજે પણ 'એલ્લોપ્લાન્ટ રશિયન આઇ અને પ્લાસ્ટિક સર્જરી' નામે એક મેડિકલ સેન્ટર ચલાવે છે. કેટલાક લોકોનું કહેવું છે કે મુલ્દાશેવને આ પ્રેરણા કૈલાસના પર્વતોમાંથી મળી હતી!

ૐ

કૈલાસ પર સંશોધન કરીને આવ્યા બાદ ફક્ત એક વર્ષની અંદર રશિયન ઑપ્થેલ્મોલૉજિસ્ટ મુલ્દાશેવે એક એવી ખોજ કરી, જેણે આધુનિક ચિકિત્સાની પદ્ધતિને નવી દિશા પ્રદાન કરી. પોતાની હૉસ્પિટલમાં તેમણે એક આંધળી સ્ત્રીની આંખોનું ઑપરેશન કર્યું, જેમાં કોર્નિયા (આંખનો પારદર્શક પડદો) અને રેટિના (નેત્રપટલ)નો આશરો લેવામાં આવ્યો. ઉપરાંત, મેડિકલ ટર્મમાં જેને 'એલ્લોપ્લાન્ટ' કહે છે, એવા આંખ માટે જરૂરી ગણાય એવા ભાગને રાસાયણિક પ્રયોગો થકી માણસના સડી ગયેલા માંસમાંથી બનાવ્યો!

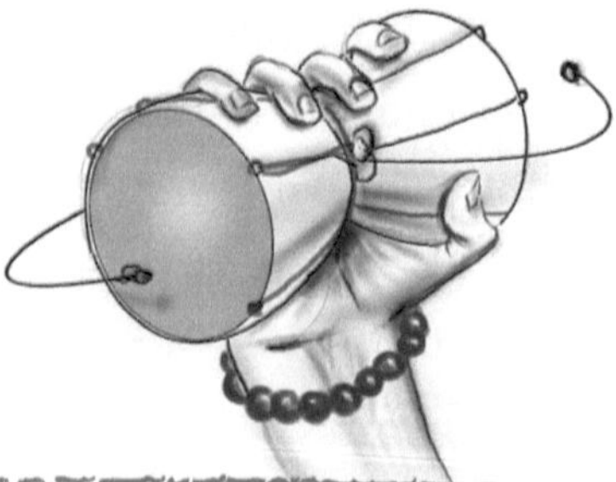

૩

શું ખરેખર કૈલાસ એક ન્યુક્લિયર-પાવરપ્લાન્ટ હોઈ શકે ?

ॐ विरुपाक्षाय नमः।

ભારતની પ્રમુખ નદીઓમાં જેને સ્થાન આપી શકાય એવી સિંધુ, બ્રહ્મપુત્ર વગેરે હિંદુ સંસ્કૃતિની સૌથી મહાન નદી ગંગાની શાખાઓ છે, જેની વચ્ચે ઘેરાયેલા કૈલાસ સાથે જોડાયેલી બીજી ઘણી વાતો અચરજ પેદા કરે એવી છે. તેની તળેટીમાં બે તળાવો આવેલા છે. એકનો આકાર સૂર્યસમાન ગોળ છે, જેમાં અત્યંત સ્વચ્છ અને તાજું નીર વહે છે, તેને પવિત્ર તળાવ માનવામાં આવે છે. બીજાનો આકાર ચંદ્ર જેવો છે, જેમાં અત્યંત ખારા પાણીનું સામ્રાજ્ય છે. સ્થાનિકો તેને રાક્ષસ-તાલના નામથી ઓળખે છે! આ બંને પર્વતોને સોલાર અને લુનાર એનર્જીના રૂપક તરીકે જોવામાં આવે છે, જે હકારાત્મક અને નકારાત્મક ઊર્જા સાથે સંકળાયેલી બાબત છે.

આ પવિત્ર તળાવ એટલે માનસરોવર (માનસ એટલે સૃષ્ટિરચયિતા બ્રહ્માનું મગજ), જેમાં ડૂબકી લગાવીને તેના જળમાં સ્નાન કરનાર વ્યક્તિના જન્મોજન્મનાં પાપ ધોવાઈ જાય છે. કૈલાસયાત્રા કરનારા અજય ભટ્ટે આ અંગે સ્વાનુભવ જણાવતાં કહ્યું હતું કે, 'માનસરોવરના જળમાં સ્નાન કરતી વેળાએ મને જે અનુભવ થયો, એ અલૌકિક અને અવર્ણનીય હતો. સાવ અનાયાસે મારી આંખોમાંથી અશ્રુધારા વહેવા લાગી. એવું લાગ્યું જાણે સમષ્ટિ મારી પાછળ રહી ગઈ છે. શિવની એ પ્રચંડ ઊર્જાનો સ્રોત અસ્ખલિતરૂપે મારી આંખો વાટે વહેવા લાગ્યો. કેટલા સમય સુધી હું ભાવવિભોર થઈને રડ્યો હોઈશ, એ મને ખ્યાલ નથી, પરંતુ શિવની સાક્ષાત્ કૃપા વરસતી હોય એવું પ્રતીત થતું હતું.'

શ્રદ્ધાળુઓની આસ્થા છે કે અનેક દેવી-દેવતાઓ અને મહાઋષિઓ નિત્ય માનસરોવરમાં સ્નાન કરવા માટે આવે છે. ૫૧ શક્તિપીઠોમાંના એક એવા માનસરોવર પાસે તર્પણવિધિ કર્યા બાદ પરિવારના તમામ મૃતકોના આત્માને મોક્ષ પ્રાપ્ત થઈ જાય

છે, એવી હિંદુ ધર્મમાં માન્યતા છે.

શિવભક્ત અજય ભટ્ટે ભસ્મ પર્વત વિશે પણ ખાસ ઉલ્લેખ કર્યો હતો. દેવી પાર્વતીએ જ્યાં ભસ્માસુર નામના રાક્ષસને રાખમાં ભેળવ્યો એ સ્થાન એટલે ભસ્મ પર્વત! ત્યાંની ભસ્મમાં એટલી પ્રચંડ હકારાત્મક ઊર્જા છે કે યાત્રિકો તેને ખાસ પોતાની સાથે લઈ જાય છે. એવું કહેવાય છે કે પૂજાસ્થાનમાં એ ભસ્મ રાખવાથી ભૂત-પ્રેત-પિશાચ સહિતની તમામ નકારાત્મક ઊર્જા ઘરથી દૂર રહે છે.

હા... તો ફરી મૂળ વાત પર પરત ફરીએ. માનસરોવરની તો આપણે ચર્ચા કરી, પરંતુ રાક્ષસ-તાલનું શું? ત્યાં સ્નાન કરવાની સદંતર મનાઈ ફરમાવી દેવામાં આવી છે. એવું કહેવાય છે કે, રાક્ષસ-તાલમાં સ્નાન કરનાર વ્યક્તિનું માનસિક સંતુલન ખોરવાઈ જાય છે અથવા તેમનામાં રાક્ષસી (તામસી) પ્રકૃતિનો ઉદ્ભવ થાય છે! જેનું મૂળ કારણ એ કે લંકાનરેશ રાવણે આ તળાવમાં સ્નાન કર્યું હતું. તેની મહેચ્છા હતી કે ભગવાન શિવ પોતાની નગરી લંકામાં બિરાજે, માટે તેણે કૈલાસ ઊંચકીને લંકા લઈ જવાનો નિષ્ફળ પ્રયાસ પણ કર્યો હતો!

આની પાછળનો વૈજ્ઞાનિક તર્ક આપવાની પણ એક કોશિશ કરવામાં આવી હતી. રાવણ શા માટે કૈલાસ પર્વતને લંકા લઈ જવા માંગતો હતો? કૈલાસની રેડિયોઍક્ટિવિટી વિશે તો વિજ્ઞાન પણ માહિતગાર છે. આથી કૈલાસ પર્વતને એક ન્યુક્લિયર પાવરપ્લાન્ટ ધારી લઈએ તો? રાવણ આ ન્યુક્લિયર પ્લાન્ટને પોતાની નગરીમાં લઈ જવાની ઇચ્છા ધરાવતો હોય તો? પરંતુ ઘટના એવી બની હોવી જોઈએ કે કૈલાસનો સ્પર્શ કર્યા બાદ તે રેડિયોઍક્ટિવ વિકિરણોનો ભોગ બન્યો હોવો જોઈએ અને ત્યાર બાદ ચંદ્રાકાર તળાવમાં તેનું સ્નાન! જેના કારણે એ તળાવમાં પણ રેડિયોઍક્ટિવ કિરણો વ્યાપી ગયાં. આ કારણોસર તેને રાક્ષસ-તાલ કહેવામાં આવે છે. શક્ય

છે, એ જ રેડિયોઍક્ટિવ વિકિરણોને લીધે આજે પણ કોઈ મનુષ્ય એમાં સ્નાન ન કરી શકતો હોય!

સત્ય જે હોય એ, પણ એટલું તો નિશ્ચિત કે રાક્ષસ-તાલ પાસે પૌરાણિક કાળમાં કોઈ અગમ્ય-અગોચર ઘટના બની હોવી જોઈએ... જેનો વિજ્ઞાન પાસે આજે પણ જવાબ નથી!

ૐ

કૈલાસની તળેટીમાં બે તળાવો આવેલાં છે. એકનો આકાર સૂર્યસમાન ગોળ છે, જેમાં અત્યંત સ્વચ્છ અને તાજું નીર વહે છે, તેને પવિત્ર તળાવ માનવામાં આવે છે. બીજાનો આકાર ચંદ્ર જેવો છે, જેમાં અત્યંત ખારા પાણીનું સામ્રાજ્ય છે. સ્થાનિકો તેને રાક્ષસ-તાલના નામથી ઓળખે છે! આ બંને પર્વતોને સોલાર અને લુનાર ઍનર્જીના રૂપક તરીકે જોવામાં આવે છે, જે હકારાત્મક અને નકારાત્મક ઊર્જા સાથે સંકળાયેલી બાબત છે.

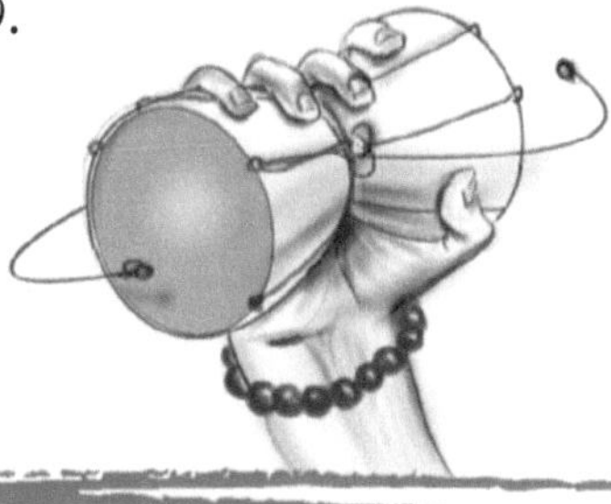

૪

આદિ-અવિનાશી શિવના અનંતાનંત સ્વરૂપના પેટાળમાં !

ॐ विष्णुवल्लभाय नमः।

તિબેટિયન બૌદ્ધ ધર્મના અનુયાયીઓ કૈલાસને પોતાના ધ્યાની તાંત્રિક દેવ દેમચોંગનું રહેઠાણ માને છે. હિંદુઓ તેને ભગવાન શિવનું મૂળ નિવાસસ્થાન માને છે. જ્યારે જૈન ધર્મના લોકો કૈલાસને પોતાના ભગવાન મહાવીરને જે સ્થળે દિવ્યજ્ઞાન પ્રાપ્ત થયું હતું, તે પવિત્રસ્થાન માને છે. આ રીતે સમગ્ર વિશ્વમાંથી હિંદુ, બૌદ્ધ અને જૈન ધર્મના શ્રદ્ધાળુઓ માટે કૈલાસ સૌથી પવિત્ર પર્વત છે, જ્યાં દર્શનમાત્રથી તેમને મોક્ષ પ્રાપ્ત થાય છે. આ ધર્મો માટે કૈલાસ એકમાત્ર એવું સ્થળ છે, જેને જીવનમાં ઓછામાં ઓછું એક વખત પ્રત્યક્ષ નિહાળવાનું તેમના માટે અનિવાર્ય છે, એવું માનવામાં આવે છે.

કૈલાસની ટોચ સુધી ચડવાની હવે મનાઈ ફરમાવી દેવામાં આવી છે, કારણ કે આવા સાહસને લીધે ઘણા પર્વતારોહકોએ પોતાના પ્રાણ ગુમાવ્યા હોવાના દાખલા નોંધાયા છે. છેલ્લે કોઈ વ્યક્તિએ કૈલાસ સર કર્યો હોય, તો એ છે : મિલારેપા! ૧૧મી સદીના આ તિબેટિયન બૌદ્ધ યોગીએ કૈલાસ પર છેક સુધી ચઢાણ કર્યાનું ઇતિહાસના ચોપડે નોંધવામાં આવ્યું છે.

તિબેટમાં હજુ બૌદ્ધત્વ પ્રવેશ્યું નહોતું એ સમયની આ વાત છે. સાતમી સદીમાં ત્યાં 'બોન' (અથવા જેને 'બોનપો' તરીકે પણ ઓળખવામાં આવે છે એવા) ધર્મના લોકો થઈ ગયા, જે મક્કમપણે એવું માનતા રહ્યા કે કૈલાસ જ તમામ પ્રકારની ઊર્જાનો સ્રોત છે, કૈલાસમાં જે શક્તિ છે એ વિશ્વના સંચાલન સાથે ક્યાંક ને ક્યાંક સંકળાયેલી છે. કૈલાસ અને સ્વસ્તિક આકારના પર્વતને તેઓ અત્યંત પૂજનીય ગણતા હતા. આજે પણ જો કૈલાસને દક્ષિણ બાજુથી જોવામાં આવે તો સ્વસ્તિકનાં દર્શન થવા સંભવ છે. તેમને પોતાના પૂર્વજ ગણાવતા લોકો એવું સ્વીકારતા આવ્યા છે કે, બોન ધર્મના સ્થાપક તનપા શેનરબ 'ઓલ્મો લુંગ રિંગ' નામના એક રહસ્યમય

સ્થળ પર જન્મ્યા હતા, જેનું સાચું લોકેશન આજસુધી દરેક માટે રહસ્ય છે! એવું કહેવામાં આવે છે કે, એ જગ્યા કૈલાસમાં જ આવેલી છે, પરંતુ ત્યાં સુધી પહોંચવું એ કોઈ પણ વ્યક્તિ માટે સંભવ નથી.

કૈલાસ વિશેની તમામ લોકગાથાઓ, લોકમાન્યતાઓ સદીઓ સુધી વિશ્વમાં ભ્રમણ કરતી રહી અને તત્ત્વચિંતકો, સાહસિકો, થિયોલૉજિસ્ટ તથા દેશના નેતાઓ માટે રસનો વિષય પુરવાર થઈ. આ સ્થળને 'સંભાલા'થી માંડીને 'શાંગરી-લા' વગેરે જેવાં અનેક નામોથી નવાજવામાં આવ્યું. અનેક પુરાતત્ત્વશાસ્ત્રી, વૈજ્ઞાનિકો, અભ્યાસુઓ, શ્રદ્ધાળુઓ અને સંશોધકોએ તેના મૂળ સુધી જવાના પ્રયત્નો કર્યા, પરંતુ કોઈને સફળતા પ્રાપ્ત ન થઈ. અમુક રહસ્યો તો એટલા ઊંડાં પુરવાર થયાં કે ત્યાં સુધી પહોંચવાની કોશિશ કરનારને મોતને ઘાટ ઊતરવાનો વારો આવ્યો અથવા અમુકના માનસિક સંતુલન પર ગંભીર અસર જોવા મળી! ત્યાર બાદ મોટા ભાગના લોકોએ આ પ્રકારના અખતરા કરવાના બંધ કરી દીધા. તેમણે એવું સ્વીકારી લીધું છે કે ધર્મ અને આસ્થા સાથે છેડછાડ કરવી યોગ્ય નથી. વિજ્ઞાન અને ઈશ્વરીય શક્તિ વચ્ચે એક પાતળી ભેદરેખા છે, એનું ઉલ્લંઘન કરવાનો પ્રયાસ ન કરવામાં આવે એ જ યોગ્ય છે.

શ્રદ્ધાળુઓ માને છે કે કૈલાસમાં અમુક પ્રકારના સુપર-નેચરલ જીવો પણ રહે છે, જેને સામાન્ય આંખો દ્વારા ઓળખી શકવા બિલકુલ સંભવ નથી. આપણા ધર્મગ્રંથોમાં કૈલાસનું વર્ણન અને રશિયન સંશોધક અર્નેસ્ટ મુલ્દાશેવના પુસ્તક 'ઇન સર્ચ ઑફ ધ સિટી ઑફ ધ ગૉડ્સ'માં (ભગવાનના શહેરની શોધખોળમાં) જણાવેલાં અમુક સંશોધનો પર દૃષ્ટિપાત કરીએ તો સમજાય કે ઘણું બધું એવું છે જે હજુ પણ માનવસમજની પેલે પાર છે, પરંતુ

અવગણી શકાય એમ નથી. ઘણાં તથ્યો ચૂકી ન શકાય, પરંતુ સાથોસાથ તેને સમજવા માટે ઉચ્ચ પ્રકારની બુદ્ધિક્ષમતા હોવી આવશ્યક છે, જેમાં ધર્મ અને વિજ્ઞાન બંનેનો સમન્વય થયો હોય. પરંતુ સવાલ એ છે કે શું આપણે એ દૃષ્ટિકોણથી વિચારી શકવા માટે સક્ષમ બન્યા છીએ?

સંભાલાનો આઇડિયા કે કૈલાસને પિરામિડ ગણવાનો વિચાર પણ કંઈ આજકાલનો તો નથી જ! ૨૦મી સદીના પર્યટકો દ્વારા પણ એ નોંધવામાં આવ્યું કે કુદરત દ્વારા એનું નિર્માણ થયું હોય એવી શક્યતા ખૂબ ઓછી છે. એના નિર્માણ સમયે માનવ દ્વારા નક્કી કોઈ પ્રકારનો હસ્તક્ષેપ થયો જ હોવો જોઈએ. રશિયનોએ દાવો કર્યો હતો કે કૈલાસ પર્વત એ માનવ દ્વારા બનાવવામાં આવેલો અત્યાર સુધીનો સૌથી વિશાળ પિરામિડ છે, પરંતુ એ દાવાના ત્રણ વર્ષ બાદ ચાઇનીઝ ગવર્નમૅન્ટ દ્વારા તેને નકારી કાઢવામાં આવ્યો.

તથ્ય જે પણ હોય, પરંતુ હજારો વર્ષો પછી પણ કૈલાસ પર્વતનું સ્થાન વિશ્વની સૌથી પવિત્ર જગ્યાઓમાં ગણાય છે. પોતપોતાની શ્રદ્ધા અને આસ્થા સાથે અહીં દર વર્ષે લાખોની સંખ્યામાં લોકો માથું નમાવવા માટે આવી પહોંચે છે. અનેક કઠિનાઈઓ અને મુશ્કેલીઓનો સામનો કરતા હોવા છતાં ભગવાન શિવ દ્વાર સુધી પહોંચવાની તેમની ઝંખનામાં ક્યારેય ઘટાડો નથી થતો. મૃત્યુ, શુદ્ધતા અને પુનર્જન્મના કૉન્સેપ્ટ સાથે જોડાયેલો કૈલાસ રહસ્યમય છે, ગૂઢ છે, સહેલાઈથી પોતાનું રહસ્ય કોઈને પામવા ન દે એવો છે. જોકે અમુક રહસ્યોને ગુપ્ત રહેવા દેવામાં જ ભલાઈ હોય છે. આદિ-અનંત મહાદેવ તો દેવાધિદેવ છે, એમને પામવાની નહીં, પરંતુ એમના વિરાટ સ્વરૂપમાં વિલીન થવાની અનુભૂતિ જરૂરી છે.

ૐ

મૃત્યુ, શુદ્ધતા અને પુનર્જન્મના કૉન્સેપ્ટ સાથે જોડાયેલો કૈલાસ રહસ્યમય છે, ગૂઢ છે, સહેલાઈથી પોતાનું રહસ્ય કોઈને પામવા ન દે એવો છે. જો કે અમુક રહસ્યોને ગુપ્ત રહેવા દેવામાં જ ભલાઈ હોય છે. આદિ-અનંત મહાદેવ તો દેવાધિદેવ છે, એમને પામવાની નહીં, પરંતુ એમના વિરાટ સ્વરૂપમાં વિલીન થવાની અનુભૂતિ જરૂરી છે.

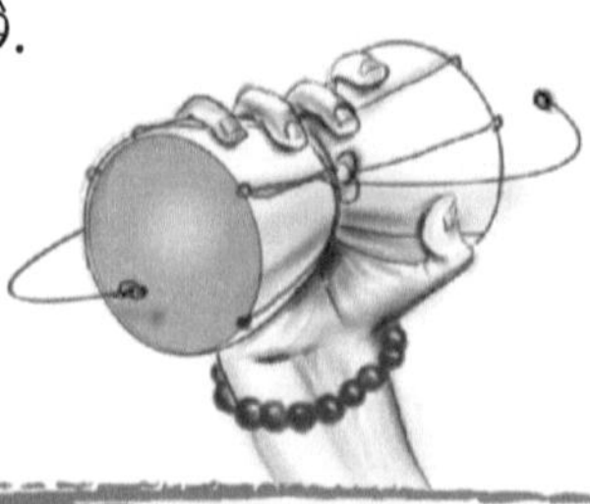

૫

स्थूलसूक्ष्ममहारौद्रे महाशक्ति महोदरेः
વેદ અને વિજ્ઞાનની યુતિ!

ॐ अम्बिकानाथाय नमः।

વિજ્ઞાનજગત આજે જેટલા પણ પ્રયોગો કરી રહ્યું છે, તેને 'સર્જન'ને બદલે 'શોધ' અથવા 'સંશોધન' શા માટે કહેવાય છે, એ અંગે કદી વિચાર કર્યો છે? વિશ્વવિખ્યાત વૈજ્ઞાનિક આલ્બર્ટ આઇન્સ્ટાઈન સહિત અનેક સંશોધકો પણ સ્વીકારી ચૂક્યા છે કે પ્રયોગો દરમિયાન વાસ્તવમાં વિજ્ઞાન અજ્ઞાત વિષયવસ્તુ અંગે 'જાણકારી' જ મેળવે છે, જેને 'વિજ્ઞાન'નું નામ આપવામાં આવ્યું છે.

વિશ્વના શ્રેષ્ઠ ગણિતશાસ્ત્રીઓમાંના એક એવા શ્રીનિવાસ રામાનુજન્ પોતાનાં દરેક ગાણિતિક સમીકરણોને ઈશ્વરના વિચારતરંગનું પરિણામ ગણાવતા હતા. રામાનુજને જીવનકાળ દરમિયાન કરેલાં ગાણિતિક સંશોધનો પાછળ દેવી નામગિરિ અને ભગવાન નરસિંહ કારણભૂત છે, એવી માન્યતા છે. મોટા ભાગનાં ગાણિતિક સમીકરણો એમને સ્વયં દેવી દ્વારા સ્વપ્નમાં પ્રદાન કરવામાં આવ્યાં છે, એવું રામાનુજન્ સ્વીકારતા હતા.

૩૨ વર્ષીય રામાનુજને મરણપથારી પર જીવનની આખરી ક્ષણોમાં (૨૬ એપ્રિલ, ૧૯૨૦) કેટલાંક સમીકરણો આપ્યાં હતાં, જેનો ઉકેલ છેક ડિસેમ્બર ૨૦૧૨માં મેળવી શકાયો... ૯૨ વર્ષ અર્થાત્ મૃત્યુના ૯ દાયકા બાદ! જેમણે રામાનુજન્નાં આ સમીકરણો ઉકેલ્યાં, એ કેન ઑનોની ટીમ ઘણાં વર્ષો સુધી અંધારામાં ખાંખાંખોળા કરતી રહી, પરંતુ એમને કોઈ દિશા સૂઝી નહોતી રહી. આખરે ૨૧મી સદીના પ્રારંભમાં શોધાયેલાં મૉડર્ન મેથેમેટિકલ-ટૂલ્સની મદદથી તેનો ઉકેલ મેળવવો શક્ય બન્યો! સમીકરણની મદદથી કેટલું મહાન કાર્ય પાર પાડી શકાય એમ છે, એનો ખ્યાલ આવતાં જ પશ્ચિમી વૈજ્ઞાનિકો અચંબામાં પડી ગયા. વાસ્તવમાં રામાનુજન્ના આ સમીકરણની મદદથી બ્રહ્માંડના બ્લૅક હૉલની વર્તણૂક અંગે હવે અલભ્ય માહિતી પ્રાપ્ત કરી શકવી સંભવ છે!

જે સમીકરણને આધુનિક વિજ્ઞાન અને એનું આર્ટિફિશિયલ

ઇન્ટલિજન્સ પણ આટલાં વર્ષો સુધી ઉકેલવા સક્ષમ નહોતું, એને રામાનુજને ૯ દાયકા પહેલાં અલૌકિક દિવ્યદૃષ્ટિ વડે પોતાના સ્વપ્નમાં નિહાળ્યું હતું, જેનો શ્રેય તેમણે 'પરમાત્માના વિચારતરંગ' (Thought Wave of GOD)ને આપ્યો!

સૂર્ય ફરતે પૃથ્વી ૧,૦૭,૦૦૦ કિમી પ્રતિ કલાકની ઝડપે ભ્રમણ કરી રહી છે, અને ધરીભ્રમણ છે ૧૬૦૦ કિમી પ્રતિ કલાક તથા 'મિલ્કી-વે' આકાશગંગાની ફરતે ૭,૯૨,૦૦૦ કિમી પ્રતિ કલાક! તમે આ પ્રકરણ વાંચી રહ્યા છો, એ જ સમયે આપણી પૃથ્વી બધી દિશાઓમાં ચારેકોર ફંગોળાઈ રહી છે, છતાં ખબર સુધ્ધાં નથી પડતી ને? બ્રહ્માંડમાં પૃથ્વી, સૂર્યમંડળ અને આકાશગંગાના ભ્રમણની આટલી મોટી હિલચાલ થઈ રહી હોવા છતાં આપણને સ્થિરતા જ અનુભવાય છે. વૈજ્ઞાનિકોએ પૃથ્વીના ભ્રમણની ગતિ અંગે સંશોધન ન કર્યું હોત તો શું તમે માનવા તૈયાર હોત કે આપણે ખરેખર સ્થિર નહીં, ગતિમાન છીએ? કહેવાનો અર્થ એ છે કે માણસ મોટે ભાગે પોતાની નજર સામે બનતી ઘટનાઓને જ વાસ્તવિકતા તરીકે સ્વીકારી શકે છે, એ તેના માનવ-મગજની મર્યાદા છે.

પુરુષ-સુક્ત (ઋગ્વેદ ૧૦.૧૯.૩) જણાવે છે કે બ્રહ્માંડની ફક્ત ચતુર્થ ભાગની વાસ્તવિકતાનો જ પ્રાદુર્ભાવ થયો છે, જેમાંનો સાવ નાનો ભાગ જ હજુ માનવસમજના દાયરામાં છે! બાકીનો પોણો ભાગ હજુ પણ પ્રાદુર્ભાવ પામ્યો નથી. આજનું વિજ્ઞાન સ્વીકારે છે કે ૮૦ ટકા બ્રહ્માંડ 'ડાર્ક-મેટર' વચ્ચે ઘેરાયેલું છે. આથી ત્યાં શું હોઈ શકે એનો અંદાજ લગાવવો પણ સંભવ નથી. બીજી બાજુ, જે ૨૦ ટકા બ્રહ્માંડ પ્રાદુર્ભાવ પામી ચૂક્યું છે, એના વિશે પણ આપણે ઝાઝું ક્યાં જાણી શક્યા છીએ? સૂર્યમંડળને પેલે પારની દુનિયા પણ અવકાશવિજ્ઞાનની પહોંચની બહાર છે. 'જેમ્સ વેબ'

જેવા ટેલિસ્કોપની મદદથી હવે કદાચ આ અંધારી દુનિયા અંગે જાણકારી મેળવી શકાશે એવી આશા દેખાઈ રહી છે.

સ્વયં આદિનાથ શિવ દ્વારા સ્થાપિત નાથ સંપ્રદાયના મહાન ગુરુ ગોરખનાથ કહે છે, 'યત્ પિન્ડે તત્ બ્રહ્માંડે'! આત્મચેતના અને દેહની ગતિવિધિઓને જાણનારો બ્રહ્માંડનાં ગૂઢ રહસ્યો પણ ઉકેલી શકે છે, એવું આપણા પૂર્વજો કહીને ગયા. બીજી બાજુ, ક્વૉન્ટમ સાયન્સ કહે છે કે સમસ્ત બ્રહ્માંડનું મગજ (Cosmic Mind) એક જ છે! બ્રહ્માંડની શરૂઆત અંગે વાત કરતી બિગ-બૅંગ થિયરી વિશે તો જાણો છો, પરંતુ આજથી હજારો વર્ષ પહેલાં ઇન્દ્રના હસ્તે લખાયેલાં 'મહાલક્ષ્મી અષ્ટકમ્'નો એક ગર્ભિત શ્લોક તમે વાંચ્યો છે, જે સ્થૂળ (ભૌતિક વિજ્ઞાન), સૂક્ષ્મ (ક્વૉન્ટમ સાયન્સ) ઉપરાંત આદિ અને અંત રહિત ઊર્જાના પ્રચંડ સ્રોત – મહોદર (Cosmic Womb) – અંગે પણ વાત કરે છે?

आद्यन्तरहिते देवि आद्यशक्ति महेश्वरी।
योगजे योगसम्भूते महालक्ष्मी नमोऽस्तुते॥

स्थूलसूक्ष्ममहारौद्रे महाशक्ति महोदरे।
महापापहरे देवी महालक्ष्मी नमोऽस्तुते॥

ॐ

વિશ્વના શ્રેષ્ઠ ગણિતશાસ્ત્રીઓમાંના એક એવા શ્રીનિવાસ રામાનુજન્ પોતાનાં દરેક ગાણિતિક સમીકરણોને ઈશ્વરના વિચારતરંગનું પરિણામ ગણાવતા હતા. રામાનુજને જીવનકાળ દરમિયાન કરેલા ગાણિતિક સંશોધન પાછળ દેવી નામગિરિ અને ભગવાન નરસિંહ કારણભૂત છે, એવી માન્યતા છે. મોટા ભાગનાં ગાણિતિક સમીકરણો એમને સ્વયં દેવી દ્વારા સ્વપ્નમાં પ્રદાન કરવામાં આવ્યાં છે, એવું રામાનુજન્ સ્વીકારતા હતા.

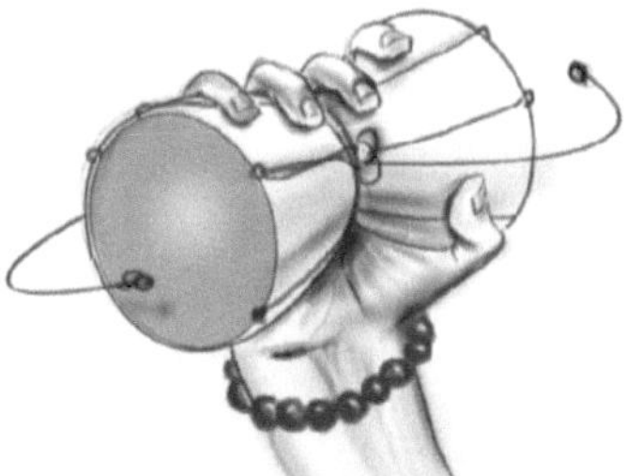

૬

બ્રહ્માંડનો દ્રવ્યદેહઃ પ્રાણનો પરમ ચેતના સાથેનો સંબંધ!

ॐ श्रीकांताय नमः।

૭૦ અબજ પ્રકાશવર્ષનો વ્યાસ ધરાવતા આપણા બ્રહ્માંડમાં જો ૩ લાખ કિલોમીટર/સેકન્ડની ઝડપે પ્રકાશનું કિરણ ગતિ કરે, તો તેને બ્રહ્માંડની બાહ્ય સપાટી (પરિઘ) ફરતે એક ચક્કર કાપવામાં ૨૦૦ અબજ માનવવર્ષ જેટલો સમય લાગે! વિજ્ઞાનની દુનિયામાં દરરોજ નવાં સત્યો ઉમેરાતાં જાય છે અને જૂનાં સત્યોની બાદબાકી થતી જાય છે, પરંતુ હિંદુ પુરાણોમાં આદિકાળથી પરમ ચેતના અને પરમ સત્યને જ પ્રાધાન્ય આપવામાં આવ્યું છે. વિશ્વના સૌથી જૂનામાં જૂના વેદ એવા ઋગ્વેદમાં કહેવાયું છે : एकम् सत् विप्रा बहुधा वदन्ति, અર્થાત્ 'સત્ય એક છે, જેને વિદ્વાનો વિભિન્ન નામોથી ઓળખે છે.'

લગભગ ૨૫૦૦ વર્ષ પહેલાં જેનું આલેખન થયું હોવાની માન્યતા છે, એવા કથોપનિષદમાં આ અંગે સુંદર વર્ણન જોવા મળે છે :

अणोरणीयान् महतो महीयान्
आत्मा गुहायां निहितोऽस्य जन्तोः।

જેનો અર્થ એ છે કે પરમાત્માનું વાસ્તવિક સ્વરૂપ સૂક્ષ્માતિસૂક્ષ્મ અને વિરાટથી પણ વિરાટ છે!

આ સમજૂતીને આધુનિક દૃષ્ટિકોણથી સમજાવું. વિજ્ઞાન કહે છે કે બ્રહ્માંડ ૧૪ અબજ વર્ષ કરતાં પણ જૂનું છે, પરંતુ ચોક્કસ આંકડો તો તેમની પાસે પણ નથી. બીજી બાજુ, સૂક્ષ્મ પરિમાણોની વાત કરીએ તો, અત્યાર સુધીમાં આપણે ન્યુક્લિયસની અંદર રહેલાં ૧૨૩ સબ-ઍટૉમિક પાર્ટિકલ્સ અંગે જ જાણકારી મેળવી શક્યા છીએ. બીજી બાજુ અવકાશવિજ્ઞાન ૧૨૫ અબજ આકાશગંગાની શોધ કરી શક્યું છે, પરંતુ મહત્ત્વની વાત એ છે કે બ્રહ્માંડ પ્રતિ સેકન્ડ ૪૩ કિલોમીટરની ઝડપે વિસ્તરણ પામી રહ્યું છે. તમે આ

પ્રકરણ વાંચી રહ્યા છો, એ સમયે અવકાશમાં અબજો આકાશગંગા અસ્તિત્વમાં આવી રહી છે! દુનિયાભરના દેશોએ અવકાશમાં તરતા મૂકેલા કૃત્રિમ ઉપગ્રહો પ્રત્યેક સેકન્ડે ૩૦૦૦ પાનાંનો બ્રહ્માંડ સંબંધિત ડેટા મોકલી રહ્યા છે, જેનું પૃથક્કરણ કરવા માટે સુપર-કમ્પ્યૂટર્સ પણ ઓછા પડે! આમ છતાં ન્યૂક્લિયસનાં સૂક્ષ્મ પરિમાણો અને બ્રહ્માંડનાં અતિ વિરાટ પરિમાણોને સમજવાની આપણી મહેનત અવિરત છે. માનવજાત એ હકીકત ક્યારે સમજશે કે આપણે એ વિરાટ વાસ્તવિકતાનો તાગ મેળવવાનો પ્રયત્ન કરી રહ્યા છીએ, જેની સમક્ષ માનવ ફક્ત એક સામાન્ય પરમાણુ જેટલી હેસિયત ધરાવે છે!

કોષોના જીવવિજ્ઞાનનો અભ્યાસ કરીએ તો સમજાય કે પ્રાણ અને શરીર બંને સાવ જુદા છે! શરીર પ્રોટીનનું બનેલું હોઈ શકે, પ્રાણ નહીં! મહાન અમેરિકન એસ્ટ્રોનોમર કાર્લ સેગને કહ્યું છે કે રંગસૂત્રમાં રહેલો નાઇટ્રોજન, દાંત અને વાળમાં રહેલું કેલ્શિયમ, લોહીમાં રહેલું આયર્ન કે પછી ફળફળાદિમાં જોવા મળતું કાર્બન એ તો નાશ પામતા તારાઓની ઊપજ ગણી શકાય; પરંતુ પ્રાણ? પ્રાણ કયા દ્રવ્ય અથવા ઊર્જાના બનેલા છે? વિજ્ઞાન પાસે આજની તારીખે પણ એ જવાબ નથી કે માતાના ગર્ભમાં બની રહેલા પિંડમાં ચેતના કઈ રીતે પ્રવેશે છે? એ ઊર્જા ક્યાંથી આવે છે અને મૃત્યુ બાદ તે ક્યાં ચાલી જાય છે? હૃદયના ધબકવા પાછળનું કારકબળ શું છે?

દરેક પ્રકરણમાં કેટલાંક ચોક્કસ તારણ સાથે મારી વાત પૂરી કરતો હોઉં છું, પરંતુ અહીંયા અમુક પ્રશ્નો સાથે વિરામ આપી રહ્યો છું. આ એવા પ્રશ્નો છે, જેનો ઉકેલ મેળવવા માટે વિજ્ઞાનજગતે અધ્યાત્મનો આશરો લેવો જ પડશે:

(૧) બ્રહ્માંડનું સર્જન કોણે કર્યું?

(૨) જો ઊર્જાનો નાશ અથવા સર્જન શક્ય નથી, તો પછી 'બિગ બૅંગ'ની ઘટના બનવા પાછળ કઈ ઊર્જા જવાબદાર હતી?

(૩) 'બિગ બૅંગ' થયા બાદ બ્રહ્માંડ વિસ્તરણ પામ્યું હોય, તો 'બિગ બૅંગ' પહેલાં ત્યાં શું હતું? શૂન્યાવકાશ કે પછી બીજું કંઈ?

(૪) બ્રહ્માંડ શેનાથી બન્યું છે? દ્રવ્ય, ઊર્જા કે બીજું કંઈ?

(૫) બ્રહ્માંડમાં બનતી દરેક ઘટના પાછળ કોઈ ને કોઈ હેતુ છુપાયેલો હોય, તો પછી માનવજાતના અસ્તિત્વનો ખરો હેતુ શો છે?

(૬) વિસ્તરણ અને સંકોચનના ચક્રને અનુસરતાં આપણા બ્રહ્માંડનું એક બિંદુમાં સંપૂર્ણ સંકોચન થયા બાદ શું શેષ રહેશે? પરમ ચેતના... અર્થાત્ પરમ સત્ય?

(૭) કયા પ્રકારનું બાહ્યબળ ન્યુક્લિયસની બહાર ભ્રમણ કરતા ઇલેક્ટ્રોનને ગતિમાન કરે છે?

(૮) ન્યુક્લિયસની અંદરના હજારો સબ-ઍટૉમિક પાર્ટિકલ્સ કઈ રીતે એકબીજા સાથે અથડાયા વિના ભ્રમણ કરે છે?

(૯) જેમ બાહ્ય-બ્રહ્માંડમાં રિક્તતા જોવા મળે છે, એવી જ રીતે અણુની અંદર પણ પુષ્કળ રિક્તતા છે. આમ છતાં આ માઇક્રો-યુનિવર્સ (અણુ)ની તમામ ગતિવિધિઓમાં આટલી સુસંગતતા કેવી રીતે જોવા મળે છે?

ॐ

મહાન અમેરિકન એસ્ટ્રોનોમર કાર્લ સેગને કહ્યું છે કે રંગસૂત્રમાં રહેલો નાઇટ્રોજન, દાંત અને વાળમાં રહેલું કેલ્શિયમ, લોહીમાં રહેલું આયર્ન કે પછી ફળફળાદિમાં જોવા મળતું કાર્બન એ તો નાશ પામતા તારાઓની ઊપજ ગણી શકાય; પરંતુ પ્રાણ? પ્રાણ કયા દ્રવ્ય અથવા ઊર્જાના બનેલા છે? વિજ્ઞાન પાસે આજની તારીખે પણ એ જવાબ નથી કે માતાના ગર્ભમાં બની રહેલા પિંડમાં ચેતના કઈ રીતે પ્રવેશે છે? એ ઊર્જા ક્યાંથી આવે છે અને મૃત્યુ બાદ તે ક્યાં ચાલી જાય છે? હૃદયના ધબકવા પાછળનું કારકબળ શું છે?

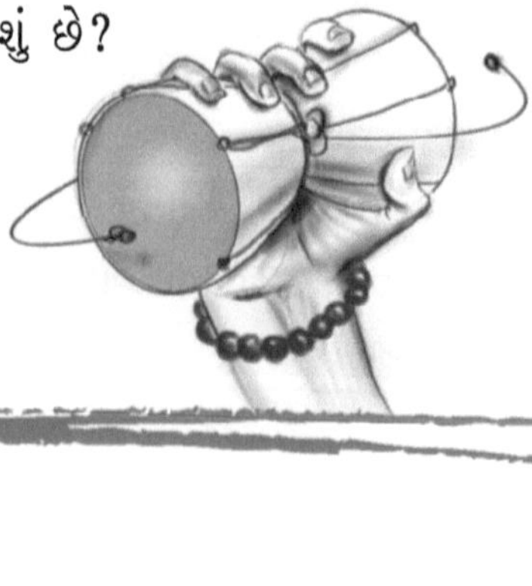

૭

ક્વૉન્ટમ ફિઝિક્સ :
तदा द्रष्टुः स्वरूपेऽवस्थानम् ॥

ॐ शिवप्रियाय नमः।

ક્વૉન્ટમ ફિઝિક્સ, એ વિજ્ઞાનની એક એવી શાખા છે, જેને ભૌતિક વિજ્ઞાનના સામાન્ય નિયમો સાથે લેવાદેવા નથી. કોઈ પણ પદાર્થ અથવા જીવ ક્વૉન્ટમ સ્તર પર કેવી વર્તણૂક દર્શાવશે એ અંગેનાં સંશોધનો કરવા માટે ક્વૉન્ટમ ફિઝિક્સ ઉપયોગી છે. અમેરિકન ભૌતિકશાસ્ત્રી નિક હર્બર્ટ કહે છે, 'ભૌતિક તરંગ પણ જેમની વચ્ચેથી પસાર ન થઈ શકે એવા એકબીજાથી ખાસ્સા દૂર કહી શકાય એવા બે કણો પરસ્પર કમ્યુનિકેટ કરી શકે છે!' આ જ તારણ પરથી અન્ય અમેરિકન-બ્રિટિશ વૈજ્ઞાનિક ડેવિડ બોહમ જણાવે છે, 'બે કણો વચ્ચેના આ પ્રકારના આદાનપ્રદાન-એકસૂત્રતા-સુસંગતતા જ બ્રહ્માંડની અભિન્ન સંપૂર્ણતા (Undivided Wholeness)ને પુરવાર કરે છે. આનો અર્થ એ થયો કે સમષ્ટિ વાસ્તવમાં જુદાં જુદાં દ્રવ્યો કે ઊર્જાની નહીં, પરંતુ એક જ પરમ ચેતનાનું પરિણામ છે!'

ક્વૉન્ટમ ફિઝિક્સ પર કામ કરી રહેલા વૈજ્ઞાનિકો દૃઢપણે એવું માની રહ્યા છે કે પ્રાચીન ભારતના ઋષિ-મુનિઓ 'એકત્વના અંગીકાર'ની પુષ્ટિ આજથી હજારો વર્ષો પહેલાં કરી ચૂક્યા છે. આજથી ૨૫૦૦ વર્ષ પહેલાં થઈ ગયેલા મહાન વૈજ્ઞાનિક-ઋષિ પતંજલિ લખે છે,

तदा द्रष्टुः स्वरूपेऽवस्थानम् ॥

(પતંજલિ યોગસૂત્ર ૧.૩)

જેનો અર્થ એ છે કે, '...ત્યારે ઋષિ સ્વમાં એકાકાર થયા!'

૨૦૧૨ની સાલમાં 'યુનિવર્સિટી ઑફ કૉલોરાડો' અને 'નેશનલ ઇન્સ્ટિટ્યૂટ ઑફ સ્ટાન્ડર્ડ્સ એન્ડ ટેક્નોલૉજી'ના બે વૈજ્ઞાનિકો ડેવિડ વાઇનલૅન્ડ અને એસ. હારોકીને ક્વૉન્ટમ ફિઝિક્સને લગતા પોતાના એક અનોખા સંશોધન માટે નોબેલ પ્રાઇઝ એનાયત થયાં.

તેમણે પોતાના પ્રયોગમાં, એટૉમિક પાર્ટિકલ તરીકે ઓળખાતાં ઇલેક્ટ્રોન (ઋણ વીજભાર)ને એકીસાથે બે જગ્યાઓએ વિચરણ કરતો દેખાડ્યો. અગર ઋણ વીજભાર ધરાવતો ઇલેક્ટ્રોન પ્રકાશ જેટલી જ અથવા તો તેનાથી પણ વધુ ગતિથી પ્રવાસ કરે તો તેની હાજરી એકીસાથે બે જગ્યાઓએ નોંધવી શક્ય છે. ધારી લો કે, ચોરસ પારદર્શક બંધ પાત્રમાં (પ્રકાશ સમાન ગતિએ) એક ઇલેક્ટ્રોનને તરતો મૂકી દેવામાં આવે તો તેને પાત્રનાં બે વિરુદ્ધ અંતિમો (ડાબી બાજુ તથા જમણી બાજુ) પર નિહાળવો શક્ય છે. હકીકત એ છે કે બંને જગ્યાઓએ દેખાતો ઇલેક્ટ્રોન ખરેખર માનવીય આંખોનો ભ્રમ છે. કોઈ એક સમય પર ડાબી બાજુએ દેખાતો ઇલેક્ટ્રોન જમણી બાજુ અસ્તિત્વ નથી ધરાવતો અને એ જ રીતે, જમણી બાજુ દૃશ્યમાન થતો ઇલેક્ટ્રોન ડાબી બાજુ પર નથી હોતો! ગતિને લીધે તે બંને જગ્યા પર હાજર છે તેવો ભાસ ઊભો થાય છે. મહત્ત્વની વાત એ જ છે કે ઇલેક્ટ્રોન ત્યાં હાજર હોવા છતાં હાજર નથી! આ પ્રયોગના પુરાવા મળતાંની સાથે જ ક્વૉન્ટમ ફિઝિક્સની દુનિયામાં નવાં સંશોધનો માટેનાં ઘણાં દ્વાર ખૂલી ગયાં.

ક્વૉન્ટમ ફિઝિક્સ જે એક વિશ્વચેતના (Cosmic Consciousness)ની વાત કરે છે, એનું શ્વેતાશ્વતરોપનિષદના છઠ્ઠા અધ્યાયમાં વિસ્તૃત વર્ણન થયું છે.

एको देवः सर्वभूतेषु गूढः
सर्वव्यापी सर्वभूतान्तरात्मा।
कर्माध्यक्षः सर्वभूताधिवासः
साक्षी चेता केवलो निर्गुणश्च॥

(શ્વેતાશ્વતરોપનિષદ ૬:૧૧)

ભાવાર્થ : *તમામ પ્રાણીઓમાં એક જ પરમાત્મા બિરાજે છે; જે સર્વવ્યાપક છે, સમસ્ત બ્રહ્માંડનો અંતરાત્મા છે, કર્મોનો અધિષ્ઠાતા છે, સમસ્ત પ્રાણીઓમાં બિરાજમાન છે, સર્વ (જીવોની ઉત્પત્તિ અને વિનાશના ચક્ર)નો સાક્ષી છે, સર્વને ચૈતન્ય (આત્મા) પ્રદાન કરનારો શુદ્ધ-નિર્ગુણ એકમાત્ર મહાન દેવ છે.*

ભૌતિકશાસ્ત્રવિદ્ એર્વિન સ્ક્રોન્ડિંગરે ક્વૉન્ટમ ફિઝિક્સના ઊંડાણપૂર્વકના અભ્યાસ બાદ નિવેદન આપ્યું કે, '...આથી, હું ઈશ્વર છું'! એવી જ રીતે, અન્ય ક્વૉન્ટમ વિજ્ઞાની ફ્રેડ એલન વુલ્ફ જણાવે છે, 'હું સમસ્ત બ્રહ્માંડ છું' એ વાક્યને ક્વૉન્ટ્મ વિચારધારાના શરૂઆતી પગલાં તરીકે ધ્યાનમાં લેવું જોઈએ! હવે અહીંયા વાચકમિત્રોને આદિકાળથી ભારતીયોના ઘર-ઘરમાં ઉચ્ચારાતાં વિધાનની યાદ અપાવું : अहम् ब्रह्मास्मि, અર્થાત્ 'હું બ્રહ્મ છું'!

ભારતીય અધ્યાત્મ અને વેદ-પુરાણોમાં છુપાયેલા વૈજ્ઞાનિક દૃષ્ટિકોણનો પરિચય મેળવવા માટે વાસ્તવમાં ફક્ત તાંતણા જોડવાની જરૂર છે. અને હા, આટઆટલા પુરાવા અને દૃષ્ટાંતો પછી પણ ભારતના ગ્રંથોને કપોળકલ્પના માનતા મૂઢમતિઓ સમક્ષ દલીલ કરવાને બદલે તમારું મંતવ્ય આપીને શાંત થઈ જજો, કારણ કે આપણે ત્યાં કહેવાય છે કે, 'મૂર્ખાઓની સભામાં સજ્જન/સમજદાર વ્યક્તિનું બોલવું એટલે જાણે ભેંસની સામે વાંસળી વગાડવી!'

ૐ

ભૌતિકશાસ્ત્રવિદ્ એર્વિન સ્ક્રોન્ડિંગરે ક્વૉન્ટમ ફિઝિક્સના ઊંડાણપૂર્વકના અભ્યાસ બાદ નિવેદન આપ્યું કે, '...આથી, હું ઈશ્વર છું!' એવી જ રીતે અન્ય ક્વૉન્ટમ વિજ્ઞાની ફ્રેડ એલન વુલ્ફ જણાવે છે, 'હું સમસ્ત બ્રહ્માંડ છું' એ વાક્યને ક્વૉન્ટ્મ વિચારધારાના શરૂઆતી પગલાં તરીકે ધ્યાનમાં લેવું જોઈએ! હવે અહીંયા વાચકમિત્રોને આદિકાળથી ભારતીયોના ઘરઘરમાં ઉચ્ચારાતા વિધાનની યાદ અપાવું : अहम् ब्रह्मास्मि, અર્થાત્ 'હું બ્રહ્મ છું'!

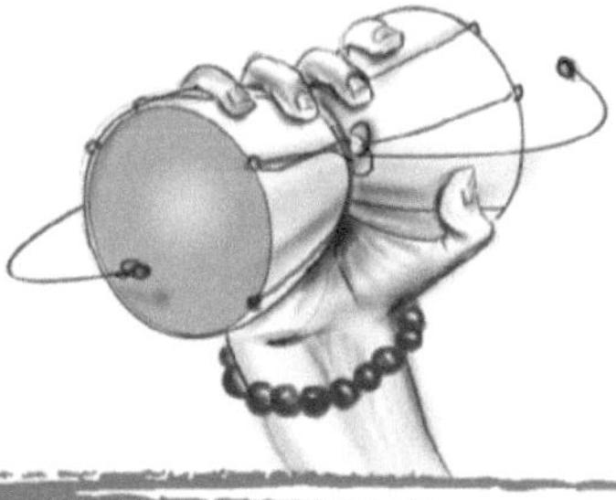

૮

શંભો શંકર : શાશ્વત સિન્થ્રોપી-તંત્રના સ્વામી !

ॐ उग्राय नमः।

દેવાધિદેવની વાત આવે ત્યારે શિવનાં બે અંગોનો ઉલ્લેખ જરૂરી બની જાય : ડાબું અંગ અને જમણું અંગ! અષ્ટાંગ યોગ (યમ, નિયમ, આસન, પ્રાણાયામ, ધારણા, ધ્યાન, સમાધિ, પ્રત્યાહાર)ને જમણા અંગ તરીકે વ્યાખ્યાયિત કરવામાં આવે છે. ડાબા અંગને તંત્ર અને અઘોર સાથે નિસ્બત છે. પંચ 'મ'કાર (મદ્ય, માંસ, મત્સ્ય, મુદ્રા અને મૈથુન)ના સગવડ મુજબના અર્થો કાઢીને તાંત્રિકોએ વામાચારને ઘણો ખરો દૂષિત કરી નાંખ્યો હતો. એ વખતે નાથ સંપ્રદાયના મહાન ગુરુ ગોરખનાથે આવીને સાધકોમાં તેની વાસ્તવિકતાનો પ્રચાર-પ્રસાર કર્યો અને આથી જ ગોરખનાથનું સ્થાન આજે પણ એમના ગુરુ મત્સ્યેન્દ્રનાથ કરતાં ઊંચું ગણાય છે. એનું બીજું કારણ એ પણ છે કે ગોરખનાથ એ શિષ્યોમાંના એક હતા, જેમણે પોતાના ગુરુ મત્સ્યેન્દ્રનાથને ઉપરોક્ત પાંચ વિકારોમાંથી બહાર લાવી સાધનાના માર્ગે વાળવાનું કામ કર્યું હતું. ફક્ત એટલું જ નહીં, આજે પણ જેને પ્રમુખ તંત્રસ્થાન ગણવામાં આવે છે એવા તિબેટમાંથી ઊતરી આવેલા 'વજ્રયાન' તંત્રને પણ દોષમુક્ત કરવાનું ભગીરથ કાર્ય એમણે કર્યું હતું.

'તંત્ર' શબ્દપ્રયોગથી આજે પણ સુજ્ઞ સમાજના નાકનું ટીચકું ચઢી જાય છે, પરંતુ હું ઘણીવાર એક ઉદાહરણ આપીને આ વાત સમજાવવાનો પ્રયત્ન કરતો હોઉં છું. ધારી લો કે ૨૧મી સદીની વ્યક્તિ ટાઇમ-ટ્રાવેલિંગ કરીને ૧૧મી સદીમાં જાય. સોમનાથના રાજા ભીમદેવ સામે જઈને ખિસ્સામાંથી મોબાઇલ કાઢીને કોઈકની સાથે વાત કરવાનો દેખાવ કરે અથવા ભવિષ્યવાણી કરે તો શું થાય? રાજા અને એમના દરબાર માટે એ ચમત્કાર અથવા તંત્ર ગણાશે!

સંપૂર્ણ શિવતત્ત્વને પામવાનો પ્રયાસ એની બેસન્ટથી માંડીને જે. કૃષ્ણમૂર્તિ અને સદ્‌ગુરુ જગ્ગી વસુદેવ સુધીના પ્રત્યેક તત્ત્વચિંતકો અને સાધકો કરી ચૂક્યા છે. દેવી પાર્વતીને શિવનાં પાંચ મુખો

(ચાર મુખ અને મધ્યલિંગ)માંથી જે ઉપદેશો મળ્યા એને શાસ્ત્રોએ સદ્યોજાત, વામદેવ, અઘોર, તત્પુરુષ અને ઇશાન નામ આપ્યા. હકીકત એ છે કે એક પણ સાધક શિવતત્ત્વને સંપૂર્ણતઃ ક્યારેય પામી નથી શક્યો. ઉપરોક્ત પાંચ ઘટકોમાંથી કોઈ એકાદ ઘટક પર વિશ્લેષણ અને સાધના કરવા માટે પણ દાયકાઓ ઓછા પડે! ગાણિતિક વેદાંતના ઋષિ જી. એસ. મૂર્તિ પોતાના પુસ્તક 'પરતત્ત્વ ગણિત દર્શનમ્'માં લખે છે : 'ઈશ્વરને તેની માયા-શક્તિ વડે માપવા શક્ય નથી. મનુષ્ય-મગજ જો ઈશ્વરની માયા-શક્તિનું એક સ્વરૂપ હોય, તો તેનું સામાન્ય બુદ્ધિ વડે આકલન સરળ નથી.'

સંશોધક ઝેન્ટ-યોર્ગીને 'નૅગેટિવ એન્થ્રોપી' અથવા 'સિન્થ્રોપી' અવસ્થાની શોધ કરવા બદલ નોબેલ પુરસ્કાર મળ્યો. સિન્થ્રોપીની વિગતો વિજ્ઞાનજગતને માલૂમ પડતાંની સાથે જ ઘણાં સંશોધનોને નવી દિશા મળી. ભારતીય ન્યૂરોસર્જન અને અધ્યાત્મગુરુ દીપક રાનડેએ ભગવાન શિવને 'ઝીરો એન્થ્રોપી' અથવા 'ટોટલ સિન્થ્રોપી' સાથે સરખાવ્યા. હવે સિન્થ્રોપીને સમજવા માટે સર્વપ્રથમ એન્થ્રોપી/એન્ટ્રોપીને સમજીએ. વિજ્ઞાનની આ જટિલ લાગતી ટર્મને સાવ સરળ ભાષામાં સમજાવવા માટે એક ઉદાહરણ આપું : ધારી લો કે એક બાળક પાસે ૧૦ દડા છે. સ્વિમિંગ પુલની સામે ઊભેલા બીજા બાળક તરફ તે વારાફરતી દડો ફેંકવાનું શરૂ કરે તો એવું બની શકે કે ૧૦માંથી ૭ દડા જ સામે છેડે બીજા બાળક સુધી પહોંચે. ત્રણ દડા પુલના પાણીમાં પણ ખાબકે! હવે આનો અર્થ એમ કે ૭ દડા એટલે ૭૦ ટકા કામ સામે છેડે પહોંચ્યું અને ૩ દડા એટલે કે ૩૦ ટકા કામનું કોઈ પરિણામ ન મળ્યું, પરંતુ એ ૩૦ ટકા કામમાં ખર્ચાયેલી ઊર્જા ક્યાં વપરાઈ? ૭૦ ટકા કામ પૂરું કરવા માટે ૩૦ ટકા ઊર્જાનો વ્યય થયો એમ કહી શકાય. આ ૩૦ ટકા ઊર્જા એટલે એન્થ્રોપી.

એન્થ્રોપી એટલે ઊર્જાની એટલી માત્રા જેનો કામમાં ઉપયોગ થઈ શક્યો નહીં. પૃથ્વીની દરેક પ્રણાલી અથવા તંત્રને એન્થ્રોપી લાગુ પડે છે. શરીરથી માંડીને ધાતુનાં મશીનો પણ એક દિવસ નબળાં પડીને કામ નથી આપી શકતાં. આ ક્ષીણ થતી જતી સિસ્ટમને એન્થ્રોપી સાથે સરખાવી શકાય. હવે ડૉ. દીપક રાનડેનો શિવને 'ઝીરો એન્થ્રોપી' અથવા 'ટોટલ સિન્થ્રોપી' સાથે સરખાવવાનો હેતુ હતો, એમની અનંતતા સમજાવવાનો! જે પ્રણાલીને કદી ઘસારો નથી લાગતો, જેની ઊર્જાનો ક્યારેય વ્યય નથી થતો, જેની શાશ્વતતા બ્રહ્માંડના દરેક તંત્રમાં વ્યાપ્ત છે, એ છે શંભો શંકર!

ॐ

સંશોધક ઝેન્ટ-યોર્ગીને 'નૅગેટિવ એન્થ્રોપી' અથવા 'સિન્થ્રોપી' અવસ્થાની શોધ કરવા બદલ નોબેલ પુરસ્કાર મળ્યો. સિન્થ્રોપીની વિગતો વિજ્ઞાનજગતને માલૂમ પડતાંની સાથે જ ઘણાં સંશોધનોને નવી દિશા મળી. ભારતીય ન્યૂરોસર્જન અને અધ્યાત્મગુરુ દીપક રાનડેએ ભગવાન શિવને 'ઝીરો એન્થ્રોપી' અથવા 'ટોટલ સિન્થ્રોપી' સાથે સરખાવ્યા.

૯

અનુમાન : ઊર્જાભંડોળ સ્વરૂપ રુદ્રાવતારનો મર્મ !

ॐ कालकालाय नमः।

પૌરાણિક કાળમાં એક રાતે કૈલાસ પર્વત પર શિવ અને પાર્વતી ગોષ્ઠિ કરી રહ્યાં હતાં. ઉપર તારાથી મઢેલું નિર્મળ આકાશ, શીત લહેરખી અને નીરવ શાંતિ વચ્ચે પાર્વતીએ શિવને એક પ્રશ્ન પૂછ્યો, 'હે આર્ય, આ સકળ સૃષ્ટિમાં એ કોણ છે, જેનું આપ દિવસ-રાત ધ્યાન ધરો છો?' પાર્વતીનો પ્રશ્ન સાંભળીને શિવના પ્રસન્ન મુખ પર માર્મિક સ્મિત રેલાયું. તેઓ બોલ્યા, 'હે મહાદેવી, હું આદિકાળથી મહાવિષ્ણુનું ધ્યાન ધરું છું. અત્યારે પણ એમના વિશે જ વિચાર કરી રહ્યો છું, કારણ કે દશરથનંદન રામ તરીકેનો તેમનો આઠમો અવતાર પૃથ્વી પર જન્મ લઈ રહ્યો છે અને હું પણ એમની સેવાચાકરી કરવા માટે ટૂંક સમયમાં આંજનેય તરીકે પિતા કેસરી અને માતા અંજનાને ત્યાં જન્મ લઈશ.'

રસપ્રદ વાત એ છે કે, પ્લેનેટેરિયમ સૉફ્ટવેરની મદદથી રામજન્મની તારીખ (૧૦ જાન્યુઆરી, ઈસુ પૂર્વે ૫૧૧૪) અને હનુમાનના જન્મની તારીખ (૧૭ જાન્યુઆરી, ઈસુ પૂર્વે ૫૧૧૪) વચ્ચે ફક્ત ૭ દિવસનો અંતરાલ છે. અને સમય તો એક જ, બપોરે ૧૨:૩૦ વાગ્યે! સરોજ બાલાના સંશોધન આધારિત પુસ્તક 'Ramayana Retold with Scientific Evidences' અને પવનકુમાર મિશ્રા લિખિત દળદાર પુસ્તક 'Living Hanuman' બંનેમાં આ સામ્યતા જોવા મળે છે. અલબત્ત, હનુમાનના જન્મસ્થળ અંગે હજુ પણ સ્પષ્ટ માહિતી નથી. મુખ્યત્વે મહારાષ્ટ્રના નાસિક જિલ્લામાં ત્ર્યંબકેશ્વરથી ૭ કિલોમીટરના અંતરે આવેલા 'આંજનેરી પર્વત'ને સર્વસ્વીકૃત રીતે હનુમાનનું જન્મસ્થળ માનવામાં આવ્યું છે. એ સિવાય ઝારખંડના ગુમલાથી ૧૮ કિલોમીટર દૂર સ્થિત 'અંજન' નામક નાનું ગામડું, કર્ણાટકના હમ્પી ખાતે સ્થિત આંજનેય ટેકરી અને રાજસ્થાનના ચુરુ જિલ્લામાં સુજનગઢ નજીક આવેલી લક્ષક ટેકરીને પણ કેટલાક લોકો હનુમાનનું જન્મસ્થાન માને છે.

આંજનેયનું 'હનુમાન' નામ પડવા પાછળની પ્રચલિત કથા દેવરાજ ઇન્દ્ર સાથે સંકળાયેલી છે. ઇન્દ્રના વજ્રાઘાતના પ્રહારથી અંજનિપુત્રનું જડબું (હનુ) તૂટી ગયું અને આ કારણોસર તેઓ 'હનુમાન' તરીકે ઓળખાયા, પરંતુ થોડા જુદા અને વૈજ્ઞાનિક દૃષ્ટિકોણથી વિચારો તો સમજાય કે 'હનુમાન' અને 'અણુમાન' શબ્દ વચ્ચે ઝાઝો તફાવત નથી. સમસ્ત બ્રહ્માંડને ગતિમાન કરતી અણુઊર્જા પ્રત્યેક દ્રવ્ય સાથે સંકળાયેલી છે, એ વૈજ્ઞાનિક તથ્ય છે. હનુમાનને ધર્મગ્રંથોમાં મહાબળવાન દેવ તરીકે દર્શાવાયા છે. બાળબ્રહ્મચારી હોવાને લીધે તેઓ વીર્યવાન છે અને ઊર્જાનો ભંડોળ છે. તંત્રશાસ્ત્રમાં તો ઓજસ (વીર્ય)ના પ્રભાવ વડે અનેક અકલ્પનીય સિદ્ધિઓ પ્રાપ્ત કરી શકવાના કિસ્સા વાંચવા મળે છે. કુંડલિની-જાગરણનું મૂળ વીર્યમાં રહેલું છે એમ કહીએ તો ખોટું નથી. મૂળાધારથી શરૂ કરીને ધીરે ધીરે મસ્તિષ્કના અંતિમ આજ્ઞાચક્ર અને ત્યાર બાદ સહસ્રાર સુધી પહોંચતી કુંડલિની એ ઓજસના સંગ્રહનું પરિણામ છે, એવું પૂર્વજો વર્ષો પહેલાં કહી ગયા. યુવાનોને મૂંઝવતા પ્રશ્નોમાં એક પ્રશ્ન સર્વસામાન્ય છે, 'શું ખરેખર વીર્યનું ૧ બૂંદ લોહીના ૧૦૦ બૂંદ બરાબર થાય?' મેડિકલ-ભાષામાં જવાબ છે, 'ના!' પરંતુ આ વાતને ધર્મ સાથે સાંકળીએ તો સમજાય કે, વાસ્તવમાં વીર્યની સાવ જૂજ માત્રામાં પણ શરીરના સેંકડો રક્તબિંદુની ઊર્જા સમાયેલી છે, એવું વેદ-પુરાણો સમજાવવા માંગતાં હતાં, જેનો સાવ ઊંધો અર્થ આધુનિક સમાજે પ્રસ્તુત કર્યો અને આપણે ગેરમાર્ગે દોરાયા!

હનુમાન પાસે બ્રહ્મચર્યનું તેજ છે. કથાઓમાં તેમને 'મહાવીર' (મહાવીર્ય) હનુમાન તરીકે સંબોધવામાં આવ્યા છે. તેઓ ભગવાન શંકરના ૧૧મા રુદ્રાવતાર હોવાને કારણે 'શિવાંશ' છે. બીજી બાજુ, શિવના નિરાકાર સ્વરૂપને હિંદુઓ લિંગ રૂપે પૂજે છે.

વર્ષોથી વિજ્ઞાનજગત માનતું આવ્યું છે કે, શિવલિંગ એ વાસ્તવમાં ન્યુક્લિયર-રિઍક્ટરની પ્રતિકૃતિ છે. ૧૨ જ્યોતિર્લિંગ એ બીજું કંઈ નહીં, પણ પ્રચંડ ઊર્જાના સ્રોત છે! 'ભાભા ઍટૉમિક રિસર્ચ સેન્ટર' (BARC)નો આકાર 'શિવલિંગ' સમાન રાખવા પાછળ આ તર્ક જવાબદાર છે.

એક વત્તા એક બરાબર બે જેવી વાત છે કે, હનુમાન રુદ્રનો અવતાર હોવાને નાતે ઊર્જાના સ્રોત પણ થયા અને એટલે, 'અણુમાન' સંબોધન એમના માટે બરાબર બેસે છે. એમાં પણ 'ઉજ્જૈન મહાકાળ' તો કાળ – સમય અને મૃત્યુ – બંનેના દેવતા તેમ જ સર્વપ્રથમ રુદ્ર અર્થાત્ 'આદિરુદ્ર' છે! શિવનું સૌથી પ્રચંડ અને ઊર્જાથી ભભકતું સ્વરૂપ ઉજ્જૈનમાં બિરાજે છે. થોડું ઊંડાણપૂર્વક વિચારશો તો સમજાશે કે અધ્યાત્મ એ વાસ્તવમાં ઊર્જાના વિનિમયની વાત કરતું માર્મિક વિજ્ઞાન છે. દેવી-દેવતાઓ ઊર્જાનાં જુદાં જુદાં સ્વરૂપો છે, કેટલાંક સૌમ્ય તો કેટલાંક અતિરૌદ્ર!

ૐ

હનુમાનને ધર્મગ્રંથોમાં મહાબળવાન દેવ તરીકે દર્શાવાયા છે. બાળબ્રહ્મચારી હોવાને લીધે તેઓ વીર્યવાન છે અને ઊર્જાનો ભંડોળ છે. તંત્રશાસ્ત્રમાં તો ઓજસ (વીર્ય)ના પ્રભાવ વડે અનેક અકલ્પનીય સિદ્ધિઓ પ્રાપ્ત કરી શકવાના કિસ્સા વાંચવા મળે છે. કુંડલિની-જાગરણનું મૂળ વીર્યમાં રહેલું છે એમ કહીએ તો ખોટું નથી. મૂળાધારથી શરૂ કરીને ધીરે ધીરે મસ્તિષ્કના અંતિમ આજ્ઞાચક્ર અને ત્યારબાદ સહસ્રાર સુધી પહોંચતી કુંડલિની એ ઓજસના સંગ્રહનું પરિણામ છે, એવું પૂર્વજો વર્ષો પહેલાં કહી ગયા.

૧૦

નિષ્કિલન : મંત્રપાશ-મુક્તિનું દુર્લભ જ્ઞાન!

ॐ त्रिपुरांतकाय नमः।

સદાશિવ શંભો અને મહાદેવી પાર્વતી ભ્રમણ કરી રહ્યાં હતાં એ સમયે એમની નજર જંગલમાં 'મહામૃત્યુંજય મંત્રજાપ' કરી રહેલા બ્રાહ્મણ ઉપર પડી. પાછલાં દસેક વર્ષોથી તે લગાતાર મહામૃત્યુંજયનો જાપ કરીને શિવને પ્રસન્ન કરવાની કોશિશ કરી રહ્યો હતો. તેનો અનન્ય ભક્તિભાવ જોઈને મા પાર્વતીને તેના પર કરુણા જન્મી.

'તમે તો ભોળાના ભગવાન કહેવાઓ, આમ છતાં હજુ સુધી આ સાધકને કેમ તેની સાધનાનું ઇચ્છિત ફળ નથી મળી રહ્યું... સ્વામી?' પાર્વતીએ જિજ્ઞાસાવશ પ્રશ્ન પૂછ્યો.

'એ દસ વર્ષથી મારી ભક્તિ કરી રહ્યો છે, એ તમારાં ધ્યાનમાં આવ્યું, પરંતુ તેના દ્વારા થતા મંત્રોચ્ચારણ તમે સાંભળ્યા, દુર્ગા?' શિવએ માર્મિક સ્મિત આપતાં સામો પ્રશ્ન પૂછ્યો.

એમનો વળતો સવાલ સાંભળી પાર્વતીએ બ્રાહ્મણના જાપ પર ધ્યાન કેન્દ્રિત કર્યું.

ॐ त्र्यम्बकं यजामहे
सुगन्धिं पुष्टिवर्धनम्
उर्वारुकमिव बन्धनान्
मृत्योर्मुक्षीय मा मृतात्॥

હવે દેવીને શિવના કથનનું રહસ્ય સમજાયું. વાસ્તવમાં મંત્રાંતે ઉચ્ચારાતા मा मृतात्ના જાપમાં મોટી ક્ષતિ હતી. વાસ્તવિક મંત્રના અંતે मामृतात् (मा + अमृतात्)નું ઉચ્ચારણ કરવાનું હોય છે.

દેવીના મુખારવિંદને કળી ચૂકેલા મહાદેવ હળવેકથી બોલ્યા, 'જેનો અર્થ એમ થાય કે બ્રાહ્મણ પોતાની દસ વર્ષની સાધના દરમિયાન આત્માના અમરત્વ (मा + अमृतात्) નહીં, પરંતુ પોતાના પામરપણાની જ યાચના (मा + मृतात्) કરતો રહ્યો! હવે

તમે જ કહો, દેવી... સાધકને હું કેવી રીતે દર્શન આપું? ઊલટું, દસ વર્ષથી તે મહામૃત્યુંજય સાધના થકી પોતાની જ અધોગતિનો ખાડો ખોદી રહ્યો છે!'

શિવનાં વેણ સાંભળી પાર્વતી દુઃખી થઈ ગયાં. આખરે કઈ મા પોતાના સંતાનની મહેનતનું યોગ્ય ફળ ન મળે એવું ઇચ્છે? જગદંબા પણ હવે શાંત બેસે એમ નહોતાં. એમના અંતરાત્મામાં જાગ્રત માતૃત્વ હવે સૃષ્ટિના તમામ જીવોના કલ્યાણનો વિચાર કરવા લાગ્યું.

'આવું તો ન ચાલે, આર્ય. સાધકનો ભક્તિભાવ અનન્ય હોય, ત્યારે એમના મંત્રોચ્ચારણના દોષને કેમ મહત્ત્વ મળે? મારાં બધાં સંતાનો એકસરખાં થોડાં હોય? તમારી ભક્તિના ફળસ્વરૂપ તેમને દોષયુક્ત જીવન જીવવું પડે એ કેમ પોસાય?' પાર્વતીએ હઠ પકડી.

શિવને ખબર હતી કે જ્યાં સુધી દેવીને ઉપાય નહીં સૂચવવામાં આવે ત્યાં સુધી તેઓ શાંત બેસવાનાં નથી.

'ઠીક છે. કેટલાક ચોક્કસ મંત્રોને બાદ કરતા બાકીના તમામ મંત્રો પર હું કીલન-પ્રયોગ કરી રહ્યો છું.' શિવે ઉપાય સૂચવતાં કહ્યું.

'અર્થાત્ પ્રભુ?' પાર્વતીએ પૂછ્યું.

'અર્થાત્ મંત્રના ખોટા ઉચ્ચારણથી થતા દુષ્પ્રભાવથી સાધકોને બચાવવા માટે હું પરાપરરહસ્ય ધરાવતા સમસ્ત બ્રહ્માંડના જાગ્રત મંત્રોને બાંધી રહ્યો છું. હવેથી કોઈ પણ વ્યક્તિ ક્ષતિગ્રસ્ત અથવા ત્રુટિયુક્ત મંત્રસાધના કરશે, તોપણ તેના પર ક્યારેય કોઈ આપત્તિ નહીં આવે.'

એ દિવસથી સૃષ્ટિના સર્વવિદિત અને અપવાદરૂપ મંત્રોને બાદ કરતા મોટા ભાગના મંત્રો એક અદશ્ય બંધનમાં બંધાઈ ગયા. આજની તારીખે પણ ૭૦૦ શ્લોકો ધરાવતી દુર્ગા સપ્તશતીનો પાઠ કરતાં પહેલાં શાપ-વિમોચન મંત્રનો પ્રયોગ અનિવાર્ય છે, નહીંતર સાધકને તેની ઉપાસના કે પૂજા-અર્ચનાનું યોગ્ય ફળ મળતું નથી.

સરળ ભાષામાં સમજાવું તો, શિવના મુખેથી ઉચ્ચારાયેલા તમામ મંત્રો હવે પાસવર્ડ-પ્રોટેક્શન હેઠળ છે! તેને એક એવી હાઇ-ટેક તિજોરીમાં બંધ કરવામાં આવ્યા છે, જેને દુનિયાનો સારામાં સારો હેકર પણ ખોલી શકે એમ નથી. જ્યાં સુધી સાધક પાસે પાસવર્ડ ન આવે ત્યાં સુધી એ પોતાની મંત્રતિજોરી ખોલી શકવા સક્ષમ નહીં બને એવું પ્રાવધાન છે!

આ પાસવર્ડ એટલે, નિષ્કિલન! રુદ્રયામલ તંત્ર અને ખાસ કરીને સપ્તશતીના ૭૦૦ શ્લોકોને અનલૉક કરવા માટે સર્વપ્રથમ નિષ્કિલન જરૂરી છે... નહીંતર સાધક ગમે એટલું 'આહ્વાયામિ તર્પયામિ' કરે તોપણ વ્યર્થ નીવડશે!

ૐ

શિવના મુખેથી ઉચ્ચારાયેલા તમામ મંત્રો પાસવર્ડ-પ્રોટેક્શન હેઠળ છે! તેને એક એવી હાઇ-ટેક તિજોરીમાં બંધ કરવામાં આવ્યા છે, જેને દુનિયાનો સારામાં સારો હેકર પણ ખોલી શકે એમ નથી. જ્યાં સુધી સાધક પાસે પાસવર્ડ ન આવે ત્યાં સુધી એ પોતાની મંત્રતિજોરી ખોલી શકવા સક્ષમ નહીં બને એવું પ્રાવધાન છે! આ પાસવર્ડ એટલે, નિષ્કિલન! રુદ્રયામલ તંત્ર અને ખાસ કરીને સપ્તશતીના ૭૦૦ શ્લોકોને અનલૉક કરવા માટે સર્વપ્રથમ નિષ્કિલન જરૂરી છે!

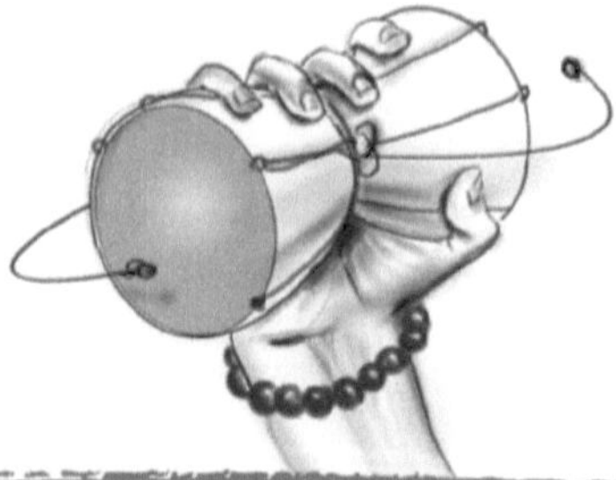

૧૧

योगरतो वा भोगरतो वाः
યોગવિજ્ઞાનનું અર્વાચીન રૂપ!

ॐ सोमाय नमः।

આદિ શંકરાચાર્ય વિરચિત 'ભજ ગોવિન્દમ્'માં ઉપરોક્ત સંસ્કૃત-શીર્ષકનો સમાવેશ થાય છે. બ્રહ્મમાં લીન હોય એ વ્યક્તિ યોગ અને ભોગ બંને માર્ગ પર ચાલીને મોક્ષદ્વાર સુધી પહોંચી શકે છે! યોગવિજ્ઞાનના પ્રાદુર્ભાવનો એક રસપ્રદ ઇતિહાસ છે, જેના વિશે સદ્‌ગુરુ જગ્ગી વાસુદેવ અવારનવાર પોતાના વ્યાખ્યાનમાં કહે છે. પ્રાચીનકાળમાં આર્યોએ આદિયોગીને કૈલાસ પર લાંબા સમય સુધી ધ્યાનમગ્ન અવસ્થામાં જોયા. એમને આશ્ચર્ય થયું કે આ કોણ વિભૂતિ છે, જેમણે ક્ષુધા-તૃષ્ણાનો ત્યાગ કર્યો હોવા છતાં તદ્દન સ્વસ્થપણે મહિનાઓ સુધી ધ્યાન ધરી શકે છે? જિજ્ઞાસાવશ લોકો ધીરે ધીરે એમની આસપાસ એકઠા થવા લાગ્યા. આદિયોગી પોતાના નેત્રો ઉઘાડે, એની તેઓ પ્રતીક્ષા કરવા લાગ્યા, પરંતુ વર્ષો સુધી એમ બન્યું નહીં. છેવટે મોટા ભાગના આર્યો પોતપોતાના રોજિંદા જીવનમાં ફરી વ્યસ્ત થઈ ગયા. અંતે, સાત મહાન આત્માઓ શેષ બચ્યા, જેમણે આદિયોગીની સાથોસાથ સાધના આરંભી. આજે આપણે એમને સપ્તર્ષિ તરીકે ઓળખીએ છીએ!

કાળખંડનો ઘણો મોટો ભાગ ધ્યાનસ્થ રહ્યા બાદ આદિયોગી શિવ પાસેથી સપ્તર્ષિને યોગવિદ્યાનું પરમ જ્ઞાન પ્રાપ્ત થયું. આદિયોગી શિવે એમને અષ્ટાંગ યોગ (યમ, નિયમ, આસન, પ્રાણાયામ, પ્રત્યાહાર, ધારણા, ધ્યાન અને સમાધિ)ના વિજ્ઞાનની ભેટ આપી, લોકહિતાર્થે તેનો પ્રસાર કરવાનો આદેશ આપ્યો.

બાંગ્લાદેશમાં જન્મેલા અને દાયકાઓથી બનારસમાં વસવાટ ધરાવતા ૧૨૫ વર્ષીય સ્વામી શિવાનંદને ભારત સરકારે 'પદ્મશ્રી પુરસ્કાર' આપ્યો, ત્યારે સોશિયલ મીડિયા પર દિવસો સુધી ફક્ત એમની જ ચર્ચા ચાલી હતી. આટલી લાંબી ઉંમરે એમનું સાવ નિરોગી હોવાનું રહસ્ય: યોગવિદ્યાનો નિયમિત અભ્યાસ!

છેલ્લાં ૪૦ વર્ષોમાં યોગ અને ધ્યાન પર ચિકિત્સાજગત

ખાસ્સાં સંશોધનો કરી રહ્યું છે. હિમાલય જેમનું નિવાસસ્થાન હતું, એવા સ્વામી રામ પર પશ્ચિમી ચિકિત્સકોએ ઘણા પ્રયોગો કર્યા. પશ્ચિમીજગત દ્વારા યોગવિજ્ઞાનને ઊંડાણપૂર્વક સમજવાના પ્રયાસો માટે પસંદગી પામેલા સર્વપ્રથમ 'સબ્જેક્ટ્સ'માંના તેઓ એક હતા, એવું કહી શકાય. વર્ષ ૧૯૭૦માં એલ્મર, એલિસ ગ્રીન અને ડેલ વૉલ્ટર્સ નામના અભ્યાસુઓએ 'મેનિંગર ફાઉન્ડેશન'માં સ્વામી રામ પર વિસ્તૃત અભ્યાસ માંડ્યો હતો. યોગાભ્યાસુ હોવાને નાતે સ્વામી રામનું મસ્તિષ્ક પૂર્ણ ક્ષમતા સાથે અર્થાત્ ૧૦૦ ટકા કૅપેસિટી સાથે કાર્ય કરતું હોવાનું વૈજ્ઞાનિક પ્રમાણ મળ્યું. હૃદયના ધબકારા અને શારીરિક તાપમાન પર ઇચ્છા મુજબનું નિયંત્રણ સાધી શકવાની સ્વામી રામની અભૂતપૂર્વ ક્ષમતા જોઈને વિજ્ઞાનજગત અચંબામાં પડી ગયું હતું.

આવો જ એક પ્રયોગ અમેરિકાના કેલિફોર્નિયા ખાતે સ્થિત 'ઇન્સ્ટિટ્યૂટ ઑફ નોએટિક સાયન્સ'માં યોગગુરુ સ્વામી વેદ ભારતી પર પણ કરવામાં આવ્યો, જેમાં તમામ શારીરિક સંદેશાવ્યવહાર માટે જવાબદાર 'ન્યૂરોન્સ' સંશોધનનો મુખ્ય વિષય હતાં. સ્વામી વેદ ભારતીને 'ફરાડે ચેમ્બર'ની બહાર બેસાડવામાં આવ્યા અને પ્રયોગ દરમિયાન એમણે ઇન્ટરફેરોમીટરમાં ફોટોન બીમને કોઈ ભૌતિક ઉપકરણની મદદ વગર ફક્ત મગજની શક્તિ વડે રોકવાના હતા! તમને જાણીને આશ્ચર્ય થશે કે સ્વામી વેદ ભારતીએ આ પ્રયોગ એક-બે વખત નહીં, પણ પૂરો ૯ વખત કરી બતાવ્યો! વૈજ્ઞાનિક ઉપકરણો વિના ફક્ત ચેતનાબળથી પાર પડેલા આ પ્રયોગને લીધે 'નોએટિક સાયન્સ'ને લોકો વધુ ગંભીરતાપૂર્વક લેતાં થયાં.

યોગવિદ્યા અને કુંડલિની અભ્યાસની હકારાત્મક અસરો ધ્યાનમાં આવે ત્યારે સ્વાભાવિક રીતે જિજ્ઞાસુ વ્યક્તિ એ દિશામાં જવાનો પ્રયત્ન કરવાનો છે, પરંતુ યોગ્ય ગુરુની સહાય વિના

કરવામાં આવેલા યોગવિદ્યાના પ્રયોગો શરીર ઉપર વિપરીત અસરો પણ પાડી શકે છે, એ ભૂલવા જેવું નથી. મેં ઘણા એવા અનુભવો નોંધ્યા છે, જેમણે મુગ્ધભાવે અષ્ટાંગયોગની રહસ્યમય ગલીઓ ખેડવાની કોશિશ કરી હોય અને માર્ગદર્શનના અભાવે માનસિક સંતુલન ગુમાવી ચૂક્યા હોય!

ન્યૂરો સાયન્ટિસ્ટ (મગજના નિષ્ણાતો) હવે યોગવિદ્યાને કારણે મનોતરંગ પર થતી અસરો અંગે ઊંડો અભ્યાસ કરી રહ્યા છે. યોગને કારણે તાણ-ચિંતા-બેચેનીમાં થતો ઘટાડો અને શારીરિક સુખાકારીમાં થઈ રહેલા વધારાને પાછલા એકાદ દાયકાથી સમગ્ર વિશ્વ નોંધી રહ્યું છે, પરંતુ મહત્ત્વની વાત એ છે કે યોગને લીધે કેન્સર જેવી બીમારીની તીવ્રતાને પણ ઘટાડી શકાય છે તે હકીકત વિજ્ઞાનજગત સમક્ષ ઉજાગર થઈ રહી છે.

આપણું મગજ અબજો કોષોનું બનેલું હોય છે, જેને ન્યૂરોન્સ કહે છે. મુખ્યત્વે સોડિયમ, પોટેશિયમ, ક્લોરિન, આયર્ન વગેરે જેવા ન્યૂરોટ્રાન્સમીટર્સના આદાનપ્રદાનને કારણે ન્યૂરોન્સ ઇલેક્ટ્રિકલ ઊર્જાનો ઉપયોગ કરીને એકમેક સાથે સંદેશાવ્યવહાર કરી જાણે છે. ન્યૂરોન્સ અને પાંચ પ્રકારના મનોતરંગને યોગવિદ્યા સાથે ઊંડો સંબંધ છે!

ૐ

વર્ષ ૧૯૭૦માં એલ્મર, એલિસ ગ્રીન અને ડેલ વૉલ્ટર્સ નામના અભ્યાસુઓએ 'મેનિંગર ફાઉન્ડેશન'માં સ્વામી રામ પર વિસ્તૃત અભ્યાસ માંડ્યો હતો. યોગાભ્યાસુ હોવાને નાતે સ્વામી રામનું મસ્તિષ્ક પૂર્ણ ક્ષમતા સાથે અર્થાત્ ૧૦૦ ટકા કૅપેસિટી સાથે કાર્ય કરતું હોવાનું વૈજ્ઞાનિક પ્રમાણ મળ્યું. હૃદયના ધબકારા અને શારીરિક તાપમાન પર ઇચ્છા મુજબનું નિયંત્રણ સાધી શકવાની સ્વામી રામની અભૂતપૂર્વ ક્ષમતા જોઈને વિજ્ઞાનજગત અચંબામાં પડી ગયું હતું.

૧૨

योगेश्वरः काल काल – ત્રિકાળ યોગવિજ્ઞાનની ચાવી

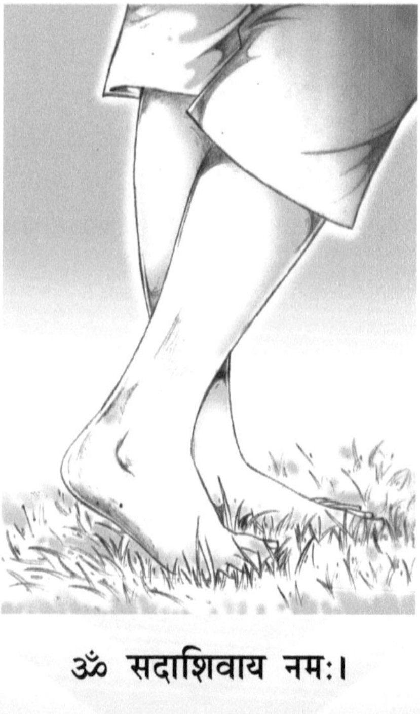

ॐ सदाशिवाय नमः।

કોઈ વિચારને પારખવા માટે અથવા શારીરિક અંગોને ચોક્કસ કાર્ય કરવા માટેનો આદેશ આપતી વેળા મગજની ઇલેક્ટ્રિકલ સક્રિયતામાં ઉછાળો જોવા મળે છે, જેને માપવા માટે EEG – ઇલેક્ટ્રોઇન્સફેલોગ્રામ – ઉપકરણનો ઉપયોગ થાય છે.

માનવમગજ અલગ અલગ મનોસ્થિતિમાં પાંચ પ્રકારના વિદ્યુતઊર્જાકીય તરંગોનું ઉત્સર્જન કરે છે, એવું પુરવાર થયું છે :

(૧) બીટા તરંગ (૧૩-૪૦ હર્ટ્ઝ પ્રતિ સેકન્ડ) : જ્યારે સભાનાવસ્થામાં હો ત્યારે; તાણ-ચિંતા-ભય અનુભવી રહ્યા હો ત્યારે; તર્કસંગત વિચારતા હો ત્યારે.

(૨) આલ્ફા તરંગ (૭-૧૩ હર્ટ્ઝ પ્રતિ સેકન્ડ) : આજુબાજુના જગતમાં ચાલી રહેલી પ્રવૃત્તિઓથી વાકેફ હો ત્યારની આરામદાયક શારીરિક અને માનસિક સ્થિતિમાં; પૂર્વાભાસ થતો હોય ત્યારે; કલ્પના કરતાં હો ત્યારે.

(૩) થીટા તરંગ (૪-૭ હર્ટ્ઝ પ્રતિ સેકન્ડ) : તંદ્રાવસ્થામાં હો ત્યારે; 'રેપિડ આઇ મૂવમૅન્ટ' (REM) સાથે એક એવી સ્વપ્ન અવસ્થા કે જ્યાં સભાનતા ઓછી છે એ સ્થિતિમાં.

(૪) ડેલ્ટા તરંગ (૦.૧-૪ હર્ટ્ઝ પ્રતિ સેકન્ડ) : સભાન ન હો ત્યારે; સ્વપ્ન વગરની ગાઢ નિદ્રામાં સરી પડ્યા હો ત્યારે.

(૫) ગામા તરંગ (૪૦ હર્ટ્ઝ પ્રતિ સેકન્ડથી ઉપર) : મગજ જ્યારે ઉચ્ચસ્તરીય જ્ઞાન પ્રાપ્ત કરી રહ્યું હોય ત્યારે; પરાલૌકિક જ્ઞાન અને પરમ ચેતનાની અનુભૂતિ વેળા.

ન્યુરોસાયન્ટિસ્ટ્સ (મગજના નિષ્ણાતો) યોગાભ્યાસથી મનોતરંગ પર પડતી હકારાત્મક અસરો પર ગહન સંશોધન કરી રહ્યા છે, જેમાં તેમણે નોંધ્યું છે કે ધ્યાન, પ્રાણાયામ સહિતના અષ્ટાંગ યોગના નિયમિત અભ્યાસ દરમિયાન મનોતરંગમાં વિશેષતઃ પરિવર્તન થતું જોવા મળે છે.

દેવાધિદેવનાં અન્ય કેટલાક નામોમાં મહાયોગી, આદિયોગી, યોગેશ્વર વગેરેનો સમાવેશ થાય છે. મહત્ત્વની વાત એ છે કે દક્ષિણ ભારતનાં રાજ્યોમાં શ્રી વિષ્ણુને યોગેશ્વર તરીકે ઓળખવામાં આવે છે, જે કૃષ્ણનું પણ એક નામ છે. યોગેશ્વરને શા માટે કાળ (મૃત્યુ અને સમય બંને)ના દેવ માનવામાં આવે છે, એનું તાર્કિક કારણ યોગાભ્યાસ સાથે સંકળાયેલું છે. માનવપ્રજાતિ માટે પરમ ચેતના – યોગેશ્વર – ને પામવાની પ્રક્રિયામાં યોગ અને ધ્યાન કેટલા મહત્ત્વના છે, તે આ બાબત પુરવાર કરે છે.

ભારતીય પદ્ધતિઓથી શીખવવામાં આવતા અધ્યાત્મ-યોગનો પ્રભાવ અન્ય પશ્ચિમી આધુનિક યોગાભ્યાસો કરતાં વધુ અસરકારક હોય છે, એવું પ્રયોગોમાં સાબિત થયું છે! આજકાલ ‘ઝેન મેડિટેશન’, ‘ચક્ર મેડિટેશન’, ‘કુંડલિની મેડિટેશન’ વગેરેના વર્ગો શરૂ થઈ ગયા છે, જ્યાં અમીરો માનસિક શાંતિ મેળવવા માટે તોતિંગ રકમ ચૂકવીને અમુકતમુક દિવસો કે મહિનાઓનો કોર્સ કરે છે, પરંતુ ૧૯૮૭ની સાલમાં દિલબેક અને ઓર્મે જોહ્નસન દ્વારા થયેલા સંશોધનમાં એ હકીકતનો ખુલાસો થયો હતો કે ‘રિલેક્સ’ થવા માટે આવા મેડિટેશનને બદલે પૌરાણિક પદ્ધતિઓથી થતા ભારતીય યોગાભ્યાસો વધુ પ્રભાવક નીવડી શકે છે.

સિસ્મોલૉજી લેબોરેટરીમાં સિદ્ધ થયું છે કે પૃથ્વીના કુદરતી ઇલેક્ટ્રોમેગ્નેટિક ફિલ્ડની આવૃત્તિ ૭.૮ હર્ટ્ઝ છે. બીજી બાજુ, માણસ પોતાના મગજને શાંત પાડીને જ્યારે ધ્યાનમાં બેસે ત્યારે તે આલ્ફા તરંગ-૭ થી ૯ હર્ટ્ઝનું ઉત્સર્જન કરે છે. પ્રકૃતિ સાથે તાદાત્મ્ય કેળવાય ત્યારે માનવમગજ શા માટે આહ્લાદક શાંતિનો અનુભવ કરે છે, એની પાછળનું કારણ હવે તમને સમજાઈ ગયું હશે. પુરાતનકાળમાં નદીકિનારે, પર્વતો ઉપર અથવા ગુફામાં બેસીને ઉઘાડા શરીરે શા માટે ધ્યાન ધરવામાં આવતું, એ પ્રશ્નનો આ વૈજ્ઞાનિક જવાબ છે. પ્રકૃતિ

અને માનવશરીરના એકીકરણ સમયે શરીરચક્રો તેમ જ ઋતુચક્રો સંતુલનમાં રહેતાં, પરંતુ આધુનિક યુગમાં શોધાયેલાં ઉપકરણો – માઇક્રોવેવ, એક્સ-રે, સેલફોન, ટેલિવિઝન, રેડિયો ફ્રિકવન્સી વગેરેને લીધે પહેલાંના યુગોની સરખામણીએ અનેક ગણી વધુ ઇલેક્ટ્રોમેગ્નેટિક ઊર્જા આપણા જીવનમાં ઉમેરી દીધી, જેના લીધે સગવડો વધવાની સાથે કુદરત સાથેનો નાતો કપાઈ ગયો. પ્રકૃતિ સાથે સંતુલન ખોરવાઈ જતા નવા નવા રોગો જીવનમાં ઉમેરાતા ગયા.

ॐ

સિસ્મોલૉજી લેબોરેટરીમાં સિદ્ધ થયું છે કે પૃથ્વીના કુદરતી ઇલેક્ટ્રોમેગ્નેટિક ફિલ્ડની આવૃત્તિ ૭.૮ હર્ટ્ઝ છે. બીજી બાજુ, માણસ પોતાના મગજને શાંત પાડીને જ્યારે ધ્યાનમાં બેસે ત્યારે તે આલ્ફા તરંગ-૭ થી ૯ હર્ટ્ઝનું ઉત્સર્જન કરે છે. પ્રકૃતિ સાથે તાદાત્મ્ય કેળવાય ત્યારે માનવમગજ શા માટે આહ્લાદક શાંતિનો અનુભવ કરે છે, એની પાછળનું કારણ હવે તમને સમજાઈ ગયું હશે. પુરાતનકાળમાં નદીકિનારે, પર્વતો ઉપર અથવા ગુફામાં બેસીને ઉઘાડા શરીરે શા માટે ધ્યાન ધરવામાં આવતું, એ પ્રશ્નનો આ વૈજ્ઞાનિક જવાબ છે.

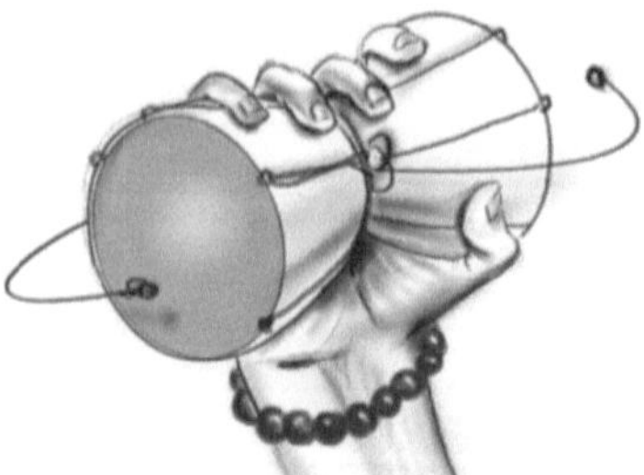

૧૩

મંત્રદ્રષ્ટા : મનોતરંગ સાથે સંકળાયેલું ત્રીજું નેત્ર!

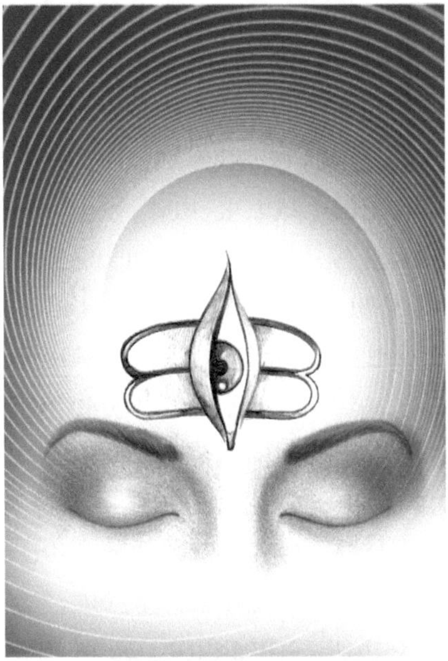

ॐ विश्वेश्वराय नमः।

યોગ અને ધ્યાનાવસ્થામાં સામાન્યતઃ આલ્ફા તરંગ વધુ નોંધાય છે, જે ચેતાતંત્રને એકદમ શાંત અને હળવુંફૂલ બનાવી દે છે. બ્લડપ્રેશર વધતું અટકી જાય છે અને હૃદયના ધબકારા સપ્રમાણ થઈ જાય છે, જેના લીધે 'કોર્ટિસોલ' નામે પ્રચલિત સ્ટ્રેસ-હોર્મોન (તાણ-ચિંતા પેદા કરનાર અંતઃસ્રાવ) પણ નહીંવત્ ઝરે છે! નિષ્ણાતો જાણે છે કે 'કોર્ટિસોલ'નો લાંબા સમય સુધી થતો સ્રાવ મેદસ્વિતાને આમંત્રણ આપે છે અને બાદમાં શરીરને રોગોનું ઘર બનાવે છે.

આલ્ફા-થીટા સીમારેખા (૭ થી ૮ હર્ટ્ઝ) મગજની વિચારક્ષમતા, સર્જનાત્મકતા અને કલ્પનાશીલતા પર અસરકર્તા પરિબળ છે. વ્યક્તિ યોગનિદ્રામાં સરી પડે ત્યારે મગજ આલ્ફા-થીટા તરંગોની સીમારેખા સ્વરૂપ તરંગનું ઉત્સર્જન કરે છે. પ્રગાઢ યોગાભ્યાસ થીટા તરંગોના ઉત્સર્જન માટે જવાબદાર છે, જે ઉપાસકનું ત્રીજું નેત્ર ઉઘાડે છે. સરળ ભાષામાં કહેવું હોય તો, ત્રીજું નેત્ર એટલે સર્વોચ્ચ જ્ઞાનનું એવું પરિમાણ, જેનાથી આધુનિક વિજ્ઞાન હજુ પણ સાવ અજાણ છે. 'વર્મહોલ' શોધવા માટે અવકાશવિજ્ઞાનીઓ જે મહેનત કરી રહ્યા છે, એનો સીધો સંબંધ ત્રીજા નેત્ર સાથે છે. પૂર્ણ વાસ્તવિકતા અથવા શાસ્ત્રો જેને 'પરમ ચેતના' કહે છે, એ અવસ્થા સુધી પહોંચવા માટે થીટા તરંગો મદદરૂપ થઈ શકે એમ છે. અવકાશમાં બ્લૅકહોલની આજુબાજુના પ્રદેશમાં રચાતાં આઇન્સ્ટાઈન-રોઝન સેતુનું માઇક્રોસ્કોપિક સ્વરૂપ એટલે વર્મહોલ. ક્રિસ્ટોફર નોલનની ફિલ્મ 'ઇન્ટરસ્ટેલર' અને 'સોની લિવ' ઓટીટી પ્લૅટફૉર્મ પર રિલીઝ થયેલી વેબસિરીઝ 'જે. એલ. ૫૦'માં વર્મહોલના કૉન્સેપ્ટને સરળ ભાષામાં સમજાવવામાં આવ્યો છે.

અવકાશ અને સમયનાં પરિમાણોને પેલે પાર જઈને કોઈ પણ માહિતીના આદાનપ્રદાન માટેની યુનિવર્સલ ટનલ-વ્યવસ્થાને પણ 'વર્મહોલ' કહી શકાય. ૨૦૧૧ની સાલમાં 'વેર્નેત્ઝૂટે ઇન્ટલિજન્સ'ના

બે અભ્યાસુઓ ગ્રેઝ્યાના ફોસાર અને ફ્રાન્ઝ બ્લુડોર્ફ દ્વારા થયેલા પ્રયોગમાં એ પુરવાર થયું હતું કે માનવ-રંગસૂત્રો મૂળત્વે બ્રહ્માંડની વિશિષ્ટતમ માહિતી/સંવેદનાને ઝીલવા માટે સક્ષમ હોય છે. યોગાભ્યાસની આરામદાયક સ્થિતિમાં વિજ્ઞાન જેને 'હાઇપર કમ્યુનિકેશન' (ઉચ્ચતર વૈચારિક આદાનપ્રદાન) કહે છે તે થવું સંભવ છે. ચિંતા, તાણ, બેચેની, વધુ પડતી વિચારશીલતા આ પ્રકારના 'હાઇપર કમ્યુનિકેશન'ને સફળ થતાં રોકે છે. આથી જ પ્રાચીનકાળમાં ચિત્તને એકદમ શાંત કરી ઉચ્ચતર જ્ઞાન પ્રાપ્ત કરી શકાતું હતું, જે હવેની ભાગદોડભરી જિંદગીમાં શક્ય નથી. સિવાય કે તમે યોગાભ્યાસુ હો અથવા રોજબરોજના જીવનમાં પ્રાણાયામ કે ધ્યાન કરતાં હો!

જો યોગ્ય ગુરુની મદદથી યોગાભ્યાસ શરૂ કરવામાં આવે તો, ઉત્સર્જન પામતાં થીટા તરંગ મુખ્યત્વે કેટલાક પૂર્વાભાસો (દિવ્ય દૃષ્ટિ) પામવામાં અને બ્રહ્માંડનાદ સાંભળવામાં મદદરૂપ થઈ શકે એમ છે. આપણે ઘણી કથાઓ સાંભળી છે, જેમાં વ્યક્તિનું ત્રીજું નેત્ર ખૂલ્યા બાદ તેને ભવિષ્યના પૂર્વાભાસ થવા માંડ્યા હતા. એ વ્યક્તિ કોઈનું પણ ભવિષ્ય ભાખવા તેમ જ ભવિષ્યવાણી કરવા માટે સક્ષમ બની જતી! થીટા તરંગોના ઉત્સર્જનથી યાદશક્તિ વધે છે, એ વૈજ્ઞાનિક હકીકત છે. સાથોસાથ, તેના લીધે વ્યક્તિનું મનોસંધાન બ્રહ્માંડ-ચેતના સાથે થઈ જવાને કારણે તેની પાસે અન્યોના 'ઑરા' પિછાણી શકવાની ક્ષમતા પણ આવે છે. ભારત સહિત વિશ્વના મોટા ભાગના દેશોમાં પ્રાચીનકાળથી એવાં કંઈકેટલાય લોકોએ જન્મો લીધા છે, જેમની પાસે વિશિષ્ટ જ્ઞાન હતું. તેઓ સામેવાળી વ્યક્તિનો સ્પર્શ કરીને અથવા તેની સામે જોઈને જ સમસ્યાઓ જણાવી દેતા અને નિરાકરણ પણ આપતા. ભારતમાં ખાસ કરીને 'માતાજીના ભૂવા' પાસે આ પ્રકારની વિશિષ્ટ શક્તિઓ રહેતી. આજે

પણ ઘણા મહાત્માઓ પાસે અલૌકિક શક્તિઓ હોવાનું સ્વીકારાયું છે. જોકે આધુનિક સમયમાં ઘણા ધુતારાઓ ધર્મના નામે ધતિંગ કરી રહ્યા છે, એની અહીં વાત નથી થતી. અંધશ્રદ્ધાને ક્યારેય પ્રોત્સાહન ન આપી શકાય.

થીટા તરંગ ઉત્સર્જનનું હજુ એક ઉદાહરણ આપું. રોજિંદા જીવનમાં જે મંત્રોનું ઉચ્ચારણ આપણે કરીએ છીએ, એ વાસ્તવમાં ક્યાંય લખાયા કે સર્જન નહોતા પામ્યા. હકીકતે પૌરાણિક કાળમાં ધ્યાનમાં બેઠા બાદ ઋષિ-મુનિઓને એ મંત્રો (બ્રહ્માંડનાદ) સંભળાયા હતા. દાખલા તરીકે, ગાયત્રી મંત્ર... જેના મંત્રદ્રષ્ટા મહર્ષિ વિશ્વામિત્ર છે, એમણે આકરા યોગાભ્યાસ બાદ ગાયત્રી મંત્રના બીજાક્ષરોનો નાદ બ્રહ્માંડમાંથી સાંભળ્યો હતો.

ૐ

થીટા તરંગોના ઉત્સર્જનથી યાદશક્તિ વધે છે, એ વૈજ્ઞાનિક હકીકત છે. સાથોસાથ, તેના લીધે વ્યક્તિનું મનોસંધાન બ્રહ્માંડ-ચેતના સાથે થઈ જવાને કારણે તેની પાસે અન્યોના 'ઑરા' પિછાણી શકવાની ક્ષમતા પણ આવે છે. ભારત સહિત વિશ્વના મોટા ભાગના દેશોમાં પ્રાચીનકાળથી એવા કંઈકેટલાય લોકોએ જન્મો લીધા છે, જેમની પાસે વિશિષ્ટ જ્ઞાન હતું. તેઓ સામેવાળી વ્યક્તિનો સ્પર્શ કરીને અથવા તેની સામે જોઈને જ સમસ્યાઓ જણાવી દેતાં અને નિરાકરણ પણ આપતા.

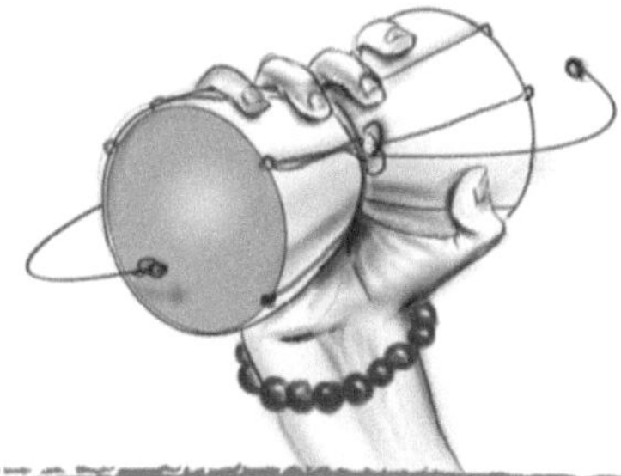

૧૪

નિર્માણ કાયાના સ્વામી ગણાતા સિદ્ધાશ્રમના મહાયોગી !

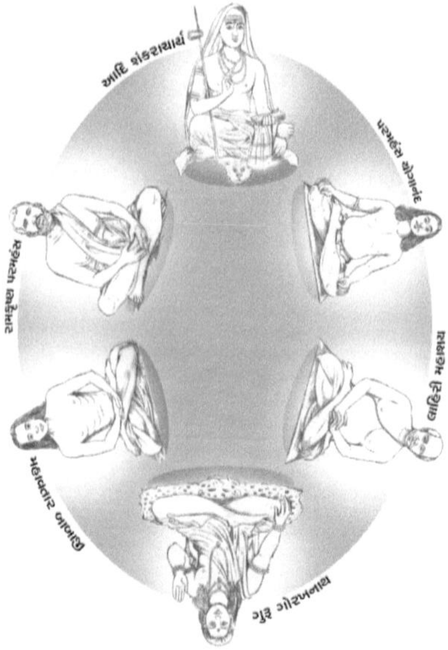

ॐ वीरभद्राय नमः।

હિમાલયના ગર્ભમાં ક્યાંક મહાન સિદ્ધયોગીઓના વસવાટની ધારણા સેવવામાં આવી છે. કેટકેટલા અભ્યાસુઓએ આ વાતની પુષ્ટિ કરી છે કે હિમાલયના પહાડોમાં આજની તારીખે પણ 'સિદ્ધાશ્રમ' નામનું પવિત્ર સ્થાન/આશ્રમ છે, જ્યાં મહાવતાર બાબાજી સહિત અન્ય સિદ્ધયોગીઓ સદીઓથી ધ્યાનસ્થ છે! 'વેદિક સાધના ફાઉન્ડેશન'ના સંસ્થાપક ઓમ સ્વામી દ્વારા ખાસ વિધિવત્ પૂજા-અર્ચના માટે બનાવવામાં આવેલી મોબાઇલ એપ્લિકેશન 'સાધના'ના લૉન્ચમાં એમણે કહ્યું હતું કે, 'સિદ્ધાશ્રમ એ એવી ગુપ્ત અને રહસ્યમય ભૂમિ છે, જ્યાં પ્રાચીનકાળમાં અત્યંત સિદ્ધ અને શક્તિશાળી ઋષિમુનિઓનો વસવાટ હતો. એમના વેદિક મંત્રોથી ગુંજતો હિમાલય પર્વત સંપૂર્ણ મનુષ્યજગત ઉપર સુખ, સમૃદ્ધિ અને આનંદની વર્ષા કરતો હતો.'

પરમહંસ યોગાનંદ લિખિત 'ઑટોબાયોગ્રાફી ઑફ અ યોગી' (ગુજરાતી અનુવાદ : યોગી કથામૃત)માં મહાવતાર બાબાજી અંગે વિસ્તૃત વર્ણન વાંચવા મળે છે. એવું કહેવાય છે કે આ તમામ યોગીઓ 'નિર્માણ કાયા' ધરાવે છે, જેના વિશે વિસ્તૃત છણાવટ કરતાં સદ્ગુરુ જગ્ગી વાસુદેવ જણાવે છે કે, 'હજુ પણ આધુનિક વિશ્વમાં એવા ઘણા યોગીઓ વસવાટ ધરાવે છે, જેમનામાં પોતાના દેહને નવેસરથી ઘડી શકવાની ક્ષમતા છે! જેના કારણે સદીઓ સુધી દેહવૃદ્ધિ રોકી શકાય છે.'

મહાવતાર બાબાજીનો સાક્ષાત્કાર જેમણે કર્યો છે, તેઓ જણાવે છે કે બાબાજીનો દેખાવ ૩૦-૩૫ વર્ષના યુવાન જેવો છે! હકીકતે તેમની વાસ્તવિક ઉંમર ૨૦૦૦ વર્ષોથી પણ વધુ છે, એવી માન્યતા પ્રવર્તે છે. પ્રશ્ન એ થાય કે શરીરને ઘરડું થતું અટકાવવું શક્ય છે? કોઈ ઉપાસક યોગાભ્યાસની મદદથી પરમ ચૈતન્યની એ અવસ્થા પ્રાપ્ત કરી શકે, જેમાં દેહની વૃદ્ધિ રોકી શકાય?

સમયની ગતિ તમામ જીવો માટે એકસમાન હોવા છતાં તેના પર નિયંત્રણ મેળવવું શક્ય છે ખરું?

આલ્ફા અને થીટા તરંગો અંગેની વિસ્તૃત સમજણ મેળવ્યા બાદ આજે વાત કરી રહ્યા છીએ, ડેલ્ટા તરંગની! અધ્યાત્મ વિશ્વમાં પગલાં માંડવા પાછળ કોઈ પણ સાધકનો ઉદ્દેશ્ય બહુ જ સ્પષ્ટ હોય છે : પરમ રહસ્યની પ્રાપ્તિ. આધુનિક વિજ્ઞાન જેમ સૂર્યમંડળની બહાર પહોંચીને આકાશગંગાનો 'ડ્રોન-વ્યૂ' જોવા માટે તલપાપડ બન્યું છે, એવી જ રીતે મનુષ્યને જ્યારે પોતાના અસ્તિત્વથી પણ ગૂઢ, સમસ્ત ચેતનાને પેલે પાર રહેલાં પ્રાણસંબંધિત રહસ્યો ઉકેલવાની ઇચ્છા થાય ત્યારે તેનું સુષુપ્ત મન ધીરે ધીરે સાધનાના માર્ગે વળીને જાગ્રત થવા પ્રેરાય છે. આઠ અબજ લોકોમાં ફૂંકાયેલા પ્રાણનો મૂળ સ્રોત શોધવા માટે અષ્ટાંગ યોગ આધારભૂત શિલા છે.

સાધનામાં લીન થયા બાદ વ્યક્તિના મગજમાંથી ડેલ્ટા તરંગ ઉત્સર્જિત થાય છે, જ્યાં તેને ગૂઢાતિગૂઢ માહિતી અને જ્ઞાન પ્રાપ્ત થાય છે. 'સાક્ષાત્કાર'ની અનુભૂતિ આ સ્તરે થાય છે. સામાન્ય સંજોગોમાં જે જ્ઞાન માનવી જીવનભરના અભ્યાસ, વાચન અને સંશોધન બાદ નથી મેળવી શકતો, એ ડેલ્ટા તરંગના ઉત્સર્જન થકી મળે છે. હીલિંગ અને રી-જનરેશન હવે સરળ બની જાય છે. સિદ્ધાશ્રમના મહાયોગીઓ આ પ્રક્રિયાને અનુસર્યા બાદ નિર્માણ કાયા પ્રાપ્ત કરે છે, જેમાં પ્રાણને સદીઓ સુધી શરીરમાં ટકાવી રાખવા ઉપરાંત હૃદયના ધબકારા ઓછા/ધીમા કરવા અને મગજની સક્રિયતા શૂન્યવત્ કરવી સંભવ છે. ત્યાં સુધી કહેવામાં આવે છે કે સિદ્ધયોગીઓ શ્વાસોચ્છ્વાસની પ્રક્રિયા પણ દિવસો-મહિનાઓ-વર્ષો સુધી અટકાવી શકવા સક્ષમ હોય છે.

કેલિફોર્નિયા સ્થિત 'સેન્ટર ફોર ન્યૂરો-અકોસ્ટિક રિસર્ચ'ના સંશોધક ડૉ. જેફ્રી ડી. થૉમ્પસન દ્વારા વર્ષ ૧૯૯૯માં 'માઇનસ ડેલ્ટા

તરંગ' (૦.૨૫ હર્ટ્ઝ પ્રતિ સેકન્ડ કે એનાથી પણ ઓછી આવૃત્તિ) અંગે પણ વાત કરવામાં આવી હતી, જેને તેમણે 'એપસિલિયોન તરંગ' નામ આપ્યું હતું. યોગાભ્યાસમાં ઉચ્ચસ્તરે પહોંચી ચૂકેલા સાધકો એક એવી અવસ્થા પ્રાપ્ત કરે છે, જ્યાં એમનું મગજ 'માઇનસ ડેલ્ટા' અર્થાત્ 'એપસિલિયોન' તરંગનું ઉત્સર્જન કરે છે. સામાન્યતઃ માનવી નાકના બંને છિદ્રોમાંથી સપ્રમાણ શ્વાસ લઈ શકતો નથી. નાકનું ડાબું અથવા જમણું છિદ્ર વત્તા-ઓછા પ્રમાણમાં શ્વાસ લેવા-છોડવાની પ્રક્રિયા અનુસરતું હોય છે, પરંતુ ડૉ. થોમ્પસને નોંધ્યું હતું કે મેડિટેશનની એક્સ્ટ્રાઑર્ડિનરી અવસ્થા દરમિયાન મગજના હેમિસ્ફિયરમાં ડાબા અને જમણા એમ બંને વિસ્તારોમાં ચાલતી પ્રક્રિયાઓ સંતુલન સાધીને એકાકાર થાય છે! જેની સીધી અસર સુષુમ્ણા પર જોવા મળે છે જેમાં નાકના બંને ફણગામાંથી એકસાથે શ્વાસોચ્છ્વાસ લઈ શકવા સંભવ બને છે!

ॐ

પરમહંસ યોગાનંદ લિખિત 'ઑટોબાયોગ્રાફી ઑફ અ યોગી' (ગુજરાતી અનુવાદ : યોગી કથામૃત)માં મહાવતાર બાબાજી અંગે વિસ્તૃત વર્ણન વાંચવા મળે છે. એવું કહેવાય છે કે સિદ્ધાશ્રમના યોગીઓ 'નિર્માણ કાયા' ધરાવે છે, જેના વિશે વિસ્તૃત છણાવટ કરતાં સદ્‌ગુરુ જગ્ગી વાસુદેવ જણાવે છે કે, 'હજુ પણ આધુનિક વિશ્વમાં એવા ઘણા યોગીઓ વસવાટ ધરાવે છે, જેમનામાં પોતાના દેહને નવેસરથી ઘડી શકવાની ક્ષમતા છે! જેના કારણે સદીઓ સુધી દેહવૃદ્ધિ રોકી શકાય છે.'

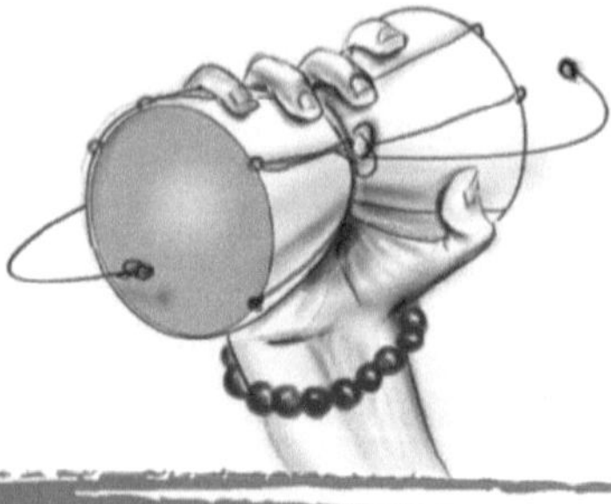

૧૫

અલૌકિક અનુભૂતિઓ માટે જવાબદાર 'ગામા' તરંગો!

शिवाय नमः ॐ।

ગામા તરંગોના ઉત્સર્જન અંગે આધુનિક વિજ્ઞાન થોડા જ સમય પહેલાં અવગત થયું છે. અનુભવી યોગીઓ અને સિદ્ધાત્માઓનો ગામા તરંગ સાથે સવિશેષ નાતો છે. તીવ્ર એકાગ્રતા અને સંપૂર્ણ શ્રદ્ધાના અભાવમાં સામાન્ય માનવમગજની પ્રવૃત્તિઓમાં ગામા તરંગની પ્રબળ હાજરી નોંધી શકાતી નથી. ધ્યાનાવસ્થા અને યોગાભ્યાસ દરમિયાન ઉત્સર્જન પામતા બીટા, આલ્ફા, થીટા અને ડેલ્ટા તરંગોની માનવશરીર પર અસરકારકતા અંગે આપણે ચર્ચા કરી. આ છેલ્લા મણકામાં ગામા તરંગની મહત્તા અને પ્રભાવકતા વિશે ઊંડા ઊતરીશું.

૧૦૦ હર્ટ્ઝ પ્રતિ સેકન્ડની આવૃત્તિ ધરાવતા મનોતરંગોને વિજ્ઞાને 'હાઇપર ગામા' નામ આપ્યું છે, પરંતુ આ જ ગામા તરંગ જ્યારે ૨૦૦ હર્ટ્ઝ પ્રતિ સેકન્ડ સુધી પહોંચે ત્યારે તેને 'લેમ્બડા સ્ટેટ (અવસ્થા)'નું નામ આપવામાં આવ્યું છે, જેમાં સાધક અલૌકિક યોગસિદ્ધિઓ પ્રાપ્ત કરે છે. અંગ્રેજીમાં જેને 'શમનિક' (Shamanic) અથવા 'મિસ્ટિકલ' (Mystical) અનુભવો કહે છે, એની અનુભૂતિ માનવશરીર દ્વારા થવી હવે સંભવ છે. આ હકીકત હું નથી કહેતો, પણ 'યુનિવર્સિટી ઑફ બર્મિંગહામ'ના ન્યૂરોસાયન્સ યુનિટના સંશોધકોનું તારણ છે! ગામા તરંગ પર તેમણે કરેલા પ્રયોગોમાં અજ્ઞાનીઓ જેને 'જાદુ અથવા ચમત્કાર' કહે છે, તે પ્રકારના અદ્‌ભુત અનુભવો વૈજ્ઞાનિક ઉપકરણોમાં ઝિલાયા છે.

'માર્વેલ સિનેમેટિક યુનિવર્સ'ના ચાહકો 'હલ્ક' નામના સુપરહીરોથી વાકેફ હશે જ! લીલા રંગનો મહાકાય મહામાનવ, જેને ક્રોધ આવે તો થડ સહિત આખેઆખાં વૃક્ષોને ઉખાડીને કિલોમીટર દૂર સુધી ફેંકી શકે! દોઢ દાયકા પહેલાં ચલણમાં આવેલા આ સુપરહીરોનાં મૂળિયાં 'ગામા રેડિયેશન'માં રહેલાં છે, એ જાણવું અગત્યનું છે. 'માર્વેલ કોમિક્સ' વિજ્ઞાન અને અધ્યાત્મનો આશરો

લઈને અસંખ્ય સુપરહીરો લૉન્ચ કરી ચૂક્યા છે. બ્રુસ બેનર નામના વૈજ્ઞાનિક પર ગામા રેડિયેશનની અસર થતા તેનામાં અકલ્પનીય બાહુબળ આવી જવાની ઘટના દેખીતી રીતે તો સાવ કપોળકલ્પિત જણાય, પરંતુ ગામા મનોતરંગો અંગે ઊંડા ઊતર્યા બાદ મંતવ્ય બદલે પણ ખરું!

અભ્યાસ દરમિયાન સિદ્ધ થયું છે કે ધ્યાન અને યોગાભ્યાસની પૂરતી તાલીમ લીધા બાદ સાધક તેનો નિયમિત જીવનમાં સાવધાનીપૂર્વક ઉપયોગ કરે, તો મગજની ક્રિયાઓમાં અસાધારણ પરિવર્તનો લાવી શકવા સંભવ છે. વૈજ્ઞાનિક ઉપકરણોની મર્યાદા સમાપ્ત થઈ જાય, એ હદ સુધીના માનસિક પ્રયોગો હાલ વિશ્વભરમાં થઈ રહ્યા છે. ક્ષણે ક્ષણે થઈ રહેલી અવનવી શોધખોળો બાદ વિજ્ઞાન સ્વીકારી રહ્યું છે કે, ફક્ત પાંચ મનોતરંગો પરનો અભ્યાસ પૂરતો નથી! આ દિશામાં હજુ જેટલું વધારે કામ થશે એટલું આપણે માનવશરીરની મર્યાદાઓને લાંઘીને નવાં રહસ્યોનો ઉઘાડ કરતા જઈશું એ નક્કી છે.

ભારતવર્ષમાં એવા અસંખ્ય સિદ્ધયોગીઓ જન્મ લઈ ચૂક્યા છે, જેમના સ્પર્શમાત્રથી ભલભલા રોગીઓ સ્વસ્થ થઈ જતા. આજે પણ દક્ષિણ ભારત અને હિમાલયના ઉત્તર-પૂર્વીય ભાગોમાં આ પ્રકારના યોગીઓ જીવિત છે.

એવું જરૂરી નથી કે ઉપરોક્ત પાંચ પ્રકારના મનોતરંગોની અસરકારકતાનો અનુભવ ફક્ત યોગાભ્યાસ કરતા સાધકોને જ થાય! માણસ જાગ્રત અવસ્થામાં હોય ત્યારે તેનું મગજ બીટા તરંગનું ઉત્સર્જન કરે છે, જ્યારે તંદ્રા, સ્વપ્ન અને નિદ્રાધીન અવસ્થામાં વ્યક્તિનું મગજ વત્તા-ઓછા અંશે આલ્ફા, થીટા અને ડેલ્ટા તરંગોનું ઉત્સર્જન કરે છે. પરંતુ હા, એટલું તો ચોક્કસ કહી શકાય કે યોગાભ્યાસને કારણે મનોતરંગોની અસરકારકતા અને પ્રભાવકતામાં

અકલ્પનીય વધારો કરી શકવો સંભવ છે.

સ્વામી વેદ ભારતી કહે છે કે, 'ધ્યાન એ પૂર્વીય દેશો કે ભારતનો જ વેદિક કૉન્સેપ્ટ નથી! એ તો સમગ્ર વિશ્વમાં સર્વસામાન્ય છે.' ધ્યાનના અંગ્રેજી શબ્દ 'મેડિટેશન'નું મૂળ ઇટાલિયન શબ્દ 'મેડિટેર'માં જોવા મળે છે. 'મેડિ'નો અર્થ થાય છે : મધ્ય. 'ટેર'નો અર્થ થાય છે : ઊભા રહેવું. પોતાની જાત અર્થાત્ 'સ્વ'નાં પારખાં કર્યા બાદ ભાવશૂન્ય અવસ્થામાં સ્થિતપ્રજ્ઞતા સાથે ચિત્તના મધ્યમાં સ્થિર થવાની ઘટના એટલે 'મેડિટેશન'! રોજબરોજના જીવનમાં અસંખ્ય દુવિધાઓ વચ્ચે નિર્લેપભાવે સ્થિર, શાંત અને સૌમ્ય રહી પોતાની જાતને દુન્યવી બંધનોમાંથી અળગી રાખવાની ક્રિયા એટલે મેડિટેશન!

હજુ વધારે ઊંડાણપૂર્વકનો અર્થ સમજવાનો પ્રયત્ન કરીએ તો, ધ્યાનાવસ્થા માનવચેતનાની મધ્યમાં સ્થિત પ્રમુખ નાડી સુષુમ્ણાને સ્થિર કરવાનો સંદેશ આપે છે. સુદીર્ઘ પ્રયત્નો અને નિયમિત અભ્યાસ બાદ સાધકના શ્વાસોચ્છ્વાસની ક્રિયા સંપૂર્ણપણે સભાન બને તે જ પૌરાણિક કાળના યોગીઓનું ધ્યેય હતું.

ૐ

અંગ્રેજીમાં જેને 'શમનિક' (Shamanic) અથવા 'મિસ્ટિકલ' (Mystical) અનુભવો કહે છે, એની અનુભૂતિ ગામા તરંગોના ઉત્સર્જનને કારણે માનવશરીર દ્વારા થવી સંભવ છે. આ હકીકત હું નથી કહેતો, પણ 'યુનિવર્સિટી ઑફ બર્મિંગહામ'ના ન્યૂરોસાયન્સ યુનિટના સંશોધકોનું તારણ છે! ગામા તરંગ પર તેમણે કરેલા પ્રયોગોમાં અજ્ઞાનીઓ જેને 'જાદુ અથવા ચમત્કાર' કહે છે, તે પ્રકારના અદ્ભુત અનુભવો વૈજ્ઞાનિક ઉપકરણોમાં ઝિલાયા છે.

www.ingramcontent.com/pod-product-compliance
Ingram Content Group UK Ltd.
Pitfield, Milton Keynes, MK11 3LW, UK
UKHW041311190726
13845UKWH00025B/187

9 789393 223777